VĂN HỌC MỚI

TẠP CHÍ VĂN HỌC NGHỆ THUẬT

PHÁT HÀNH MỖI THÁNG / 1 SỐ (1 NĂM 12 SỐ) Năm thứ IX
Editor-in-Chief: HÀ NGUYÊN DU
Assistant Editor-in-Chief : NT LỆ THU
General Secretary : Lệ Thu & Vương Thư Sinh
Secretary & Manuscript Reader : Bạch Xuân Phẻ

Publishing Technology:
Phạm Hồng Thái & Ngã Phương Huyền
Thư từ, bài vở, ngân phiếu - xin gởi về:
(Văn Học Mới - New Literature Magazine)

Tòa Soạn
(Newsroom)
To: HA NGUYEN
10291 Arundel Ave.
Westminster, CA 92683 - 5821

vanhocmoi4@gmail.com
ntlthu1016@gmail.com
hanguyendu@gmail.com

https://tapchivanhocmoi.com
https://vanhocmoi.com

ĐẠI DIỆN PHÁT HÀNH
Canada: **Phan Ni Tấn** <phannitan@yahoo.ca>
Canada : **Hoàng Xuân Sơn** <hoangxuanson@hotmail.com>
Minnesota: **Kimchi Hoang** < hkimchi2006@gmail.com>
Georgia: **Đức Phổ**<dducpho@gmail.com>
Massachusetts: **Lâm Chương** <lamchuong495@gmail.com>
Louisiana: **NgT Hồng Hải**<nhattannguyen575@yahoo.com>
Houston: **Nguyễn Minh Triết**<lntt_2000@yahoo.com>
San Jose: **Phạm Hồng Thái**<thaihpham@gmail.com>
Paris:**Trang Thanh Truc<trangthanhtrucparis@yahoo.fr>**
VN: NT Lệ Thu<ntlethu1016@gmail.com>
Germany **Trần Văn Tích**
Số ghi danh Quốc Hội Hoa kỳ: ISSN 2690 - 4276

TRONG SỐ NÀY

NGUYỄN KIẾN THIẾT • TRÚC LAN • NGUYỄN VĂN SÂM • HOÀNG XUÂN SƠN • SAN PHI • CHÁNH TÂM • LẠP CHÚC NGUYỄN HUY • SAO KHUÊ • KHẾ IÊM • SCOTT S. NGUYEN • HÀ NGUYÊN DU • BẠCH XUÂN PHẺ • MỘNG YÊN HÀ • NGUYỄN ĐÌNH TỪ LAM • VŨ KHẮC TẾ • NGÃ PHƯƠNG HUYỀN • SA CHI LỆ • ĐỨC PHỔ • LÊ HỮU MINH TOÁN • HUỲNH LIỄU NGẠN • NGUYỄN MINH TRIẾT • VIÊN DUNG • LƯƠNG THIẾU VĂN • TUỆ TRUNG • NGUYỄN THỊ KHÁNH MINH • MINH NGUYỄN • TRỊNH Y THƯ • VŨ HOÀNG THƯ • HUỲNH VIẾT TƯ • TÂM THƯỜNG ĐỊNH • NGUYỄN NGUYÊN PHƯỢNG • NGƯỜI SÔNG HẬU • DŨNG NGUYÊN • NGUYỄN AN BÌNH • NGUYỄN HỒNG LINH • TRẦN DANH THÙY • TÔN NỮ MỸ HẠNH • LÂM BĂNG PHƯƠNG • TIỂU LỤC THẦN PHONG • QUẢNG XUÂN • HỨA HIẾU • HỒ XOA • ĐINH VĂN TUẤN • LÊ KHÁNH NHÂM • NGUYÊN MINH • ĐẠI DUY • TRUNG PHONG • NT LỆ THU •

mục lục

VĂN HỌC MỚI SỐ 48

LỜI TÒA SOẠN

SỐ 48 / THÁNG 1 / 2026

Kính gửi quý độc giả và các bạn viết thân mến,

Khi những cơn gió cuối đông bắt đầu mang theo cái lạnh se sắt đầy tình tứ của tiết trời tháng Chạp, chúng ta lại ngồi xuống đây, cùng lật mở những trang viết của Văn Học Mới số 48. Tờ tạp chí trên tay bạn những trang giấy in mực thơm, mà khoảng lặng giao thoa giữa dư âm của năm cũ và hơi thở của một mùa xuân đang cận kề.

Trong hành trình văn chương miệt mài, chúng tôi hiểu rằng mỗi tác phẩm là một "ốc đảo" tâm hồn. Xin được gửi lời tri ân sâu sắc nhất đến những bằng hữu thân thiết – những tác giả đã luôn đồng hành, giữ lửa và tin tưởng trao gửi những đứa con tinh thần cho tạp chí suốt thời gian qua. Sự kiên định của các bạn làm cho cây đại thụ Văn Học Mới càng thêm vững mạnh.

Bên cạnh đó, số báo này cũng hân hoan chào đón những cây bút mới – những luồng gió thanh tân mang theo góc nhìn hiện đại, phá cách dấu son về sự tiếp nối của dòng chảy, cũ và mới hòa quyện vào nhau tạo nên ngôn ngữ nhân văn trọn vẹn.

Giáng Sinh và Năm Mới 2026 đang gõ cửa từng nếp nhà.

Giáng Sinh. Và khi mùa Xuân chạm ngõ, *cầu chúc cho mỗi người đều tìm thấy một "nhành mai" trong tâm tưởng* – biểu tượng của sự kiên trinh và hy vọng sau một mùa đông dài ẩn nhẫn.

"Vạn vật hữu linh, văn chương hữu tình."

Những trang viết trong số 48 này sẽ là món quà tinh thần ấm áp, là lời chúc bình an nhất mà Ban biên tập muốn gửi gắm đến quý vị. *Chúc cho một mùa Noel an lành và một năm mới tràn đầy cảm hứng sáng tạo!*

Thân ái,
Ban Biên Tập Tạp chí Văn Học Mới

NGUYỄN KIẾN THIẾT
LỜI CÁM ƠN

Sau chuyến đi xa dài ngày, về đến Canada, nhận được nhiều điện thư, Facebook - đặc biệt thông tin về việc phát hành ***Văn Học Mới số 47*** (tháng 12/2025) với chủ đề "**Vinh Danh Nguyễn Kiến Thiết**", tôi vô cùng xúc động, vừa mừng lại vừa lo, nên xin có mấy lời để đáp lại cái tình tri ngộ. Tôi "mừng" vì sau nhiều tháng năm dài (có lúc bị gián đoạn) âm thầm theo đuổi nghiệp văn, đến thời điểm nầy được tạp chí *Văn Học Mới* dành cho một đặc ân - mặc dầu đã nhiều lần từ chối, như bạn thơ Hoàng Xuân Sơn đã có lần tâm sự. Tôi cũng «lo» vì không biết mình có đủ thời gian và sức khỏe để tiếp tục thực hiện giấc mộng nhỏ bé của mình là cho đi "TRI THỨC" và "LÒNG TỐT" để trả ơn đời. Bởi lẽ tôi còn nhiều tư liệu quý hiếm về Văn học miền Nam, về Ca dao-Dân ca Nam Kỳ Lục Tỉnh, về một số Truyện thơ Quốc ngữ Nam Kỳ chưa giới thiệu và khai thác tới nơi tới chốn. Đặc biệt trong thời gian sắp tới, sẽ ấn hành tập thơ "*Những Sợi Tơ Lòng*", tập truyện "*Những Trang Văn Đời Tôi – Tập II*", biên khảo "*Những Mảnh Vụn Văn Học – Tập II*". Nhứt là chỉnh sửa và tái bản quyển "*Tánh Cách Đặc Thù Của Ca Dao Miền Nam*" – tác phẩm đầu tay tôi vô cùng tâm đắc.

Tôi thành thật cám ơn Ban chủ trương tạp chí *Văn Học Mới* - cụ thể là Chủ biên **Hà Nguyên Du** và Phụ tá Chủ biên/TKTS **Nguyễn Thị Lệ Thu (San Phi)** - đã có sáng kiến ra số báo "Chủ đề Nguyễn Kiến Thiết" tôi. Đã có sáng kiến lại mất nhiều thời gian, công sức để viết bài giới thiệu thật súc tích với nhận định sắc sảo, thể hiện cái tình văn nghệ, cái "điệu nghệ trí thức" điểm xuyết bởi mối duyên hàn mặc. Nói khác đi các bạn đã thể hiện "tinh thần phước thiện" đối với người đã vun quén cây phước thiện cho tờ báo mình yêu quý. Cái tinh thần nầy được thể hiện qua việc tạp chí *Văn Học Mới* 47 đã dành hơn 2 phần 3 tổng số trang báo (293 trang) để "Vinh Danh Nguyễn Kiến Thiết".

Đối với nhiều bạn văn, bạn thơ, nhà biên khảo, phê bình văn học, các nhiếp ảnh gia, thư-pháp gia, nhạc sĩ cùng những người thân yêu ruột thịt và một số môn sinh ở Đại học Cần Thơ... đã chịu khó thực hiện nhiều tác phẩm, bài viết có giá trị về số báo chủ đề nầy. Tôi không biết nói gì hơn là bày tỏ lời tri ân sâu xa nồng thắm và trân trọng "Tấm lòng" và "Cái tình" của các bạn – những người *đồng điệu* mà tôi hằng trân quý. Xin tạm liệt kê:

-Các cựu đồng nghiệp, đồng môn Đại học Văn Khoa Sài Gòn: nhà văn – nhà Nam Kỳ học **Nguyễn Văn Sâm** và nhà phê bình văn học **Nguyễn Vy Khanh.**

-Các thi hữu: **Hoàng Xuân Sơn, Khế Iêm** và **Kiến Hoa.**

-Văn hữu **Vũ Khắc Tế.**

-Nhà văn – nhà báo **Nguyễn Trọng Dũng** (Việt Nam).

-Các Nhiếp ảnh gia **Lê Quang Xuân**, Thư-pháp gia **Tăng Hưng** và Nhạc sĩ **Hoàng Anh Lương**.

-Hiền nội **Vương Thị Mai**, các con trai, con dâu và cháu Nội.

-Các cựu môn sinh ở Đại học Cần Thơ: **PGS TS Nguyễn Văn Nở** (nguyên Trưởng Khoa Sư Phạm ĐHCT) và **Thiện Kiến** (Trà Ôn).

-Phạm Thị Thanh Lan, cựu Giám Đốc Công Ty TNHH Đất Phương Nam – Cần Thơ.

Ngoài ra, tôi vô cùng biết ơn các văn, thi hữu, cựu giáo chức về những nhận xét, đánh giá tập sách "*Những Trang Văn Đời Tôi*" coi như những cành hoa cánh bướm góp phần điểm tô số báo chủ đề. Đó là:

-Các đồng Chủ biên tạp chí *Ngôn Ngữ*: **Luân Hoán, Song Thao, Hồ Đình Nghiêm.**

-Các nhà văn **Võ Kỳ Điền, Nguyễn Văn Lục, Lê Quốc.**

-Nhà biên khảo **Lạp Chúc Nguyễn Huy.**

-Nhà báo **Đỗ Nghi**, cựu Chủ bút *Thời Báo*.

-BS **Trần Mộng Lâm**, cựu Chủ bút báo *Quốc Gia*.

-Các cưu đồng nghiệp Hội Giáo chức Québec: **Trần Hữu Quyền** (cựu Chủ tịch), **Cả Ngố Họ Trịnh, Nguyễn Trung Hiếu** (cựu Thơ ký Hội), **Trương Thị Khoa Nghi, Huỳnh Công Ân**, v.v...

Tóm, tôi xin dẫn câu ca dao về cách "Cho" và "Nhận" của người xưa: "*Ơn ai một chút, nên quên; Phiền ai một chút để bên dạ nẩy*" để kết thúc Lời cám ơn nẩy. Tôi vô cùng trân quý và lưu giữ mãi những "Tấm lòng" và "Cái tình" của tất cả các bạn – những kỷ niệm đẹp không thể nào quên.

Trân trọng.
Nguyễn Kiến Thiết – Montréal, XII.2025

Thơ
TRÚC LAN
TỰ THÁN BÁT TUẦN

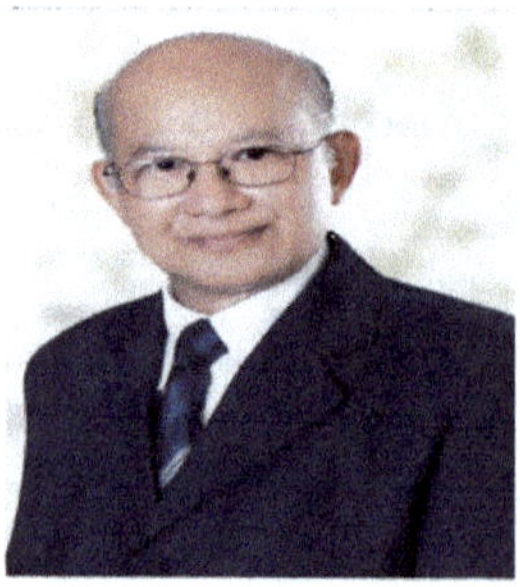

Thấm thoắt vừa tròn tuổi tám mươi
Công danh, sự nghiệp tợ mây trôi
Trường văn góp mặt, không xao lãng
Trận bút chen vai, chửa nghỉ ngơi
Nối gót anh em – rèn nghiệp bút
Dựa hơi bè bạn – dệt tơ đời
Rắp tâm "lập đức" cho mai hậu
Chung cuộc rồi đây mới thảnh thơi!
Trúc Lan – XII.2025

NGUYỄN KIẾN THIẾT

NGHĨ VỀ SÁCH

*Kính viếng cựu đồng nghiệp **Nguyễn Viết Ninh (Thái Việt)** vừa từ trần ngày 12/12/2025 tại Montréal.

Trong bài thơ *Ngày Xuân Răn Con Cháu*, cụ Nguyễn Khuyến có viết: "*Sách vở ích gì cho buổi ấy / Áo xiêm nghĩ lại thẹn thân già*". Chắc các bạn cũng như tôi đều tự hỏi, tại sao một nhà thơ được đào tạo theo khuôn mẫu đạo đức của Nho giáo lại xem thường sách vở thánh hiền đến thế. Thật ra, hai câu thơ trên đã ẩn chứa tâm sự của tác giả đối với cuộc đời, khoa cử, quan trường trong buổi Nho học suy tàn. Đặc biệt từ năm 1884, khi Pháp đã đặt nền móng cai trị trên toàn cõi Việt Nam, Nho học phải nhường chỗ cho học thuật mới khiến nhà thơ Yên Đổ phải "*Nghĩ đến bút nghiên trào nước mắt*" trong tiếc nuối.

Cùng một tâm trạng với thi sĩ Quế Sơn - nhưng với trường hợp đặc biệt, cựu đồng nghiệp **Nguyễn Viết Ninh** (bút danh **Thái Việt)** có nhã ý muốn tặng một số sách cũ và mới trong khoảng 1000 cuốn sách cho những ai yêu quý chúng, dẩu rằng phải "trào nước mắt". (Xin cám ơn anh cựu TB Lê Khắc Nghị đã gởi cho tôi tin nhắn nầy vào ngày 1 tháng Tư, 2019). Lý do đơn giản là thầy phải thu xếp để vô nhà Dưỡng lão, không thể mang theo cái *gia tài* sách mà mình đã để công đi mua sắm, nâng niu, gìn giữ và yêu quý chúng. Tôi muốn nói lên một vài cảm nghĩ khi đến nhà bạn hiền Thái Việt chọn và mang sách về nhà; đồng thời bày tỏ lòng biết ơn đối với những ai cho/tặng sách.

Cảm giác đầu tiên của tôi là bị choáng ngộp bởi cái *thư viện sách* cả ngàn cuốn gồm đủ mọi thể loại, từ chánh trị, văn hóa, xã hội đến thơ, tùy bút và tiểu thuyết xuất bản trước và sau năm 1975, ở trong nước cũng như tại hải ngoại. Đặc biệt ngoài sách in, còn có sách báo được sao chụp lại và đóng thành từng tập dầy cộm, sắp xếp ngăn nắp như *Phan Khôi, Phan Chu Trinh, Xuân Sách,* rồi *Cải Cách Ruộng Đất, Trăm Hoa Đua Nở, Tranh Luận Văn Học*, v.v… Tôi đã chọn khoảng 100 cuốn sách đủ loại mang về nhà với tâm trạng vui buồn lẫn lộn. *Vui* vì có thêm một số sách quý; *buồn* vì không biết số phận những cuốn sách ấy sẽ ra sao, liệu mình có đủ thời gian để đọc và nghiền ngẫm những tài liệu quý hiếm ấy hay không. Rồi đây đến một ngày nào, tôi sẽ tiếp bước đồng nghiệp Nguyễn Viết Ninh vô... nhà Dưỡng lão, và cũng "trào nước mắt" để lại cái gia tài sách cũng cả ngàn cuốn cho những ai yêu quý chúng.

Hồi tưởng lại trước năm 1975, tôi cũng thèm sách và cũng có cái thú mua sách như văn hữu Thái Việt. Mỗi khi có cuốn sách mới nào hợp "gu" (goût) vừa xuất bản là tôi chạy ngay ra tiệm sách mua cho kỳ được. Có lần đi săn sách, lục lạo tìm cuốn nầy lại thấy được cuốn kia, bèn chụp ngay. Cùng một cảm giác với TS Charles Van Doren khi tâm sự: *"Tôi thích mùi mực giấy, và chắc chắn là say sưa với cảm giác sờ chạm vào cuốn sách"* (Thú Đọc Sách, Phạm Quang Định dịch từ cuốn The Joy of Reading, nxb Trẻ ấn hành). Nhưng cái bịnh thèm sách trong tôi đã thành mãn tính. Mọi việc chi tiêu phải tiết kiệm tối đa để đủ tiền mua sách. Đôi khi phải nhịn ăn sáng để cái bụng đói ăn sách cho đã thèm! Không riêng gì sách mới, cả sách cũ rẻ tiền nhưng lại quý hiếm tôi vẫn thèm. Theo thông lệ cứ mỗi cuối tuần, tôi thường dạo quanh chợ Bến Thành để ngắm phố phường hoa lệ, với nam thanh nữ tú của Hòn Ngọc Viễn Đông – đặc biệt là những tà áo dài tha thướt phất phơ theo gió của các cô thiếu nữ Sài thành kiều diễm; đồng thời cũng săn đống sách cũ bày bán la liệt trên lòng lề đường. Lần nào cũng chụp được vài ba cuốn sách cũ gồm đủ thể loại. Sau năm 1975, đa số sách của tôi phải giao nộp theo lịnh của nhà nước. Một số sách còn lại lần lượt đội nón ra đi trực chỉ... chợ trời! Cho đến khi quyết định bỏ phiếu bằng chân để đi tìm Tự Do, thì hầu hết sách quý của tôi cũng góp phần chật chội cho cái chợ trời sách Sài Gòn vàng thau lẫn lộn. Ôi! "Số phận của những cuốn sách bán ve chai" sao quá đỗi bọt bèo! Hèn chi Quách Tấn đã cay đắng: *"Ngày xưa nếu biết vàng là quý / Đã không mua sách chất chật nhà!"*.

Người xưa có câu: *"Kẻ sĩ một ngày không đọc sách, soi gương thấy thẹn; ba ngày không đọc sách, ăn nói nhạt nhẽo vô duyên"*. Chắc chắn văn hữu Thái Việt chẳng những có cái thú mua sách, còn có cái thú đọc sách. Có người đã so sánh: Đọc sách như thưởng hoa, ngắm trăng, như lướt Web, như đi bộ, đi ăn. uống rượu như hôn nhau, và có lúc mở sách ra chỉ thấy những tờ giấy trắng, v.v… (theo Lê Minh Quốc, báo *ANTG*, số 82, tháng 11/2014). Để viết quyển *Gánh Nặng Di Sản* (xb. năm 2005), tác giả Thái Việt đã chọn đọc hơn 60 tác phẩm trong thời gian dài gồm đủ mọi lãnh vực, như nghiên cứu, phê bình văn hóa, văn học, triết học, v.v… Phải là người *ghiền sách* mới làm được công việc mất rất nhiều thời gian và công sức như thế. Đồng bịnh tương lân, tôi cũng ghiền sách hết thuốc chữa nên rất cảm thông với nỗi lòng của tác giả *Gánh Nặng Di Sản*. Tôi cũng thoáng gặp chữ "bạn hiền" mà anh sử dụng để cám ơn hai bạn hiền Quốc Tuấn và Phan Trần (Lời Nói Đầu, tr.15).Và cái cảm giác "***thích mùi mực giấy***" và "***say sưa sờ chạm vào cuốn sách***" chắc chắn sẽ sống mãi trong tôi cho đến suốt cuộc đời.

Sách luôn hữu ích với mọi người mọi giới - đặc biệt cho những ai còn mang nặng nghiệp dĩ văn chương. Sách là "thành quả của một tình yêu trọn đời" mà tác giả cống hiến. Sách là người bạn trung thành của mọi người. Sách là một "từ điển" cần thiết và hữu ích. Cho nên cụ Nguyễn Khuyến mặc dầu cất tiếng than cho số phận sách vở buổi Nho học suy tàn, vẫn khuyên nhủ con cháu không lơ là việc đèn sách: "*Chín sào tư thổ là nơi ở / Một bó tàn thư ấy nghiệp nhà*". Là người nặng tình với sách, nhưng cựu đồng nghiệp Nguyễn Viết Ninh phải nhường lại cái *gia tài sách* cho những ai có duyên và yêu quý chúng. Một sự chuyển nhượng vô điều kiện có tánh cách chọn lọc "chọn mặt gởi vàng". Trong điện thư ngày 05 tháng Tư 2019, tôi có viết: "*Xin cảm ơn về tấm lòng và cái tình của anh. Tất cả sách và tài liệu của anh đều đáng quý, bổ ích*". Mấy câu hỏi đáp ngắn gọn của anh khiến tôi bồi hồi xúc động: "*Anh vui là tôi vui rồi*", "*Hy vọng anh hài lòng*" và "*Sách vở thì bye bye, coi như là dĩ vãng*". Ôi! Cái tình bạn thật là cao quý! "*Trên đời mấy bậc cố tri*" (Lục Vân Tiên). Đó là chưa kể cách đây vài năm, hiền huynh Thái Việt đã dùng phương tiện công cộng, khệ nệ ôm cả chục cuốn sách quý tìm đến nhà tôi để trao tặng tận tay. Cách hành xử đậm nét văn hóa nầy đẹp biết bao! Mấy dòng tâm tư nầy nhằm nói lên lòng biết ơn sâu xa nồng thắm cũng như đáp trả phần nào món nợ tinh thần đối với bạn hiền Nguyễn Viết Ninh.

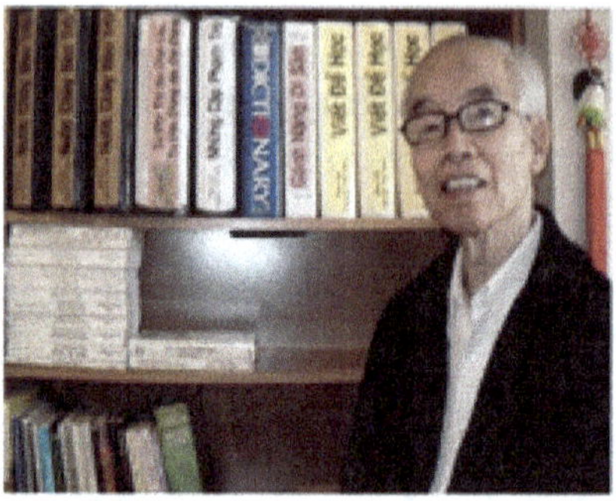

**Ảnh văn hữu Thái Việt bên kệ sách quý. Mặt sau có lời đề tặng và chữ ký của anh: "Thân tặng Anh chị Nguyễn Kiến Thiết với hy vọng có duyên trong văn học. Montréal 4-6-16 Thái Việt".*

Bàn về cái *thú mua/đọc sách* mà không nhắc đến cụ Vương Hồng Sển là một thiếu sót lớn. Ngoài thú chơi đồ cổ, cụ Vương còn có cái thú mua sách. Từ cái *thú* biến thành *bịnh* rồi sanh *tật mua sách* khiến người vợ trẻ con nhà giàu chịu hết nổi phải bỏ đi sau hơn một năm hương lửa hững hờ. Hãy nghe tâm sự của ông: Bên vợ cho 600$ làm vốn và một cái nhà mặt tiền ở số 214 đường De Lagrandière (Gia Long) trị giá 1000$ (ruộng năm 1924 giá 50$/mẫu, vàng 40$/lượng), ông nhạc còn cung cấp mỗi tháng không nhỏ, cộng với số lương tháng 70$, thế mà *"chỉ trong vòng mấy tháng, kết quả tủ sách không còn chỗ để, mà ái tình đã nhẹ gót ra đi"*. Học giả họ Vương còn có cái *thú mê đọc sách* - đặc biệt là thú mê đọc truyện Tàu (tức các tiểu thuyết chương hồi của văn học Trung Hoa). Đọc xong bất cứ cuốn nào, ông lấy giấy viết ra, "*văn ông lòng vòng, lục cục lòn hòn*" (Nguyễn Gia Việt), kể "*những chuyện lụn vụn, tào lao, loạn xà ngầu, nhưng nó mang một giá trị to lớn*" (Sơn Nam). Có người đã gán cho ông cái tên Ông già kỳ cục. Để viết cuốn *Thú Xem Truyện Tàu*, chắc cụ phải đọc hơn 60 quyển truyện Tàu (khoảng 15 bộ, mỗi bộ 4-5 cuốn). Đây là cuốn sách nghiên cứu, bình luận về thú xem truyện Tàu (thuộc bộ Hiếu Cổ Đặc San số 2) do tác giả xuất bản lần đầu năm 1970, được đánh số từ 1 đến 3200 chỉ để tặng –**KHÔNG BÁN**. Tác giả cho biết "*không viết cho người sành* điệu… *mà chỉ muốn tìm người đồng điệu*". Là người mê đọc truyện Tàu, một trong những người đồng điệu với cụ Vương, tôi may mắn có trong tay cuốn sách quý nầy lúc còn phụ trách Tòa soạn Tạp chí *Nghiên Cứu Văn Học* (1971-1972). Với 10 bài bình luận, "10 vấn đề nhẹ phớt" về các nhân vật, tình tiết trong khoảng 15 bộ truyện Tàu (từ *Tam Quốc, Phong Thần, Tây Du, Thủy Hử rồi Tiền Đường, Hậu Tống đến Hồng Lâu Mộng, Kim Bình Mai,* kết hợp cả sử Tây, sử Ta, v.v...) được chuyên chở trên 329 trang giấy, cụ Vương Hồng Sển xứng đáng là Tổ sư của làng Phiếm (Phiếm Tổ).

Viết đến đây thì lại nhận được điện thư của Nhiếp ảnh gia **Lê Quang Xuân** với mục đích muốn tặng tôi một số sách cũ. Anh đã *chào hàng* vô điều kiện mấy mươi cuốn sách gồm đủ loại khảo cứu, sáng tác và dịch thuật của các tác giả nổi tiếng. Vì đã *no* sách, tôi chỉ muốn nhận khoảng 30 cuốn sách mình thích. Chúng tôi sẽ hẹn nhau đến một quán Phở sau khi hết dịch cúm Tàu để nhận sách và hàn huyên tâm sự sau mấy tháng trời bị "cấm túc". Từ sự quen biết rồi thân tình với nhiếp ảnh gia thứ dữ, đối với tôi là một hân hạnh lớn. Tôi không dám lạm bàn về Tiểu sử "nặng ký" của một nhiếp ảnh gia mà Ảnh của anh đã xuất hiện nhiều trên các bìa sách và tạp chí Việt ngữ tại hải ngoại cũng như đã đoạt được nhiều huy chương và bằng khen cao quý trong các cuộc triển lãm ảnh Quốc tế. Dầu chưa nhận được sách, tôi vẫn gởi đến anh lời cám ơn nồng hậu*.

Bàn về việc cho/nhận sách mà không nhắc đến những Nguyễn Đôn Phong, Nguyễn Vy Khanh, Song Thao và Cả Ngố Họ Trịnh... cũng là một thiếu sót. Ngoài tình đồng nghiệp, bạn già **Nguyễn Đôn Phong** đối với tôi còn có cái tình-bạn-internet. Anh đã chuyển cho tôi đọc hàng ngàn Tài liệu gồm đủ mọi thể loại trong đó có mấy trăm quyển sách đọc/sách nói "đọc/nghe mệt nghỉ!". Anh cũng tặng tôi ba quyển *Sách Nấu Đồ Chay* xuất bản từ những năm 1941, 1960 và 1994. Chưa hết, anh còn ưu ái dành tặng tôi 9 tập Tạp chí *Văn Học* (Chủ nhiệm Phan Kim Thịnh). Đó là những số báo được đóng thành tập, bìa cứng, chữ mạ vàng, mỗi tập gồm 7 số báo, tổng cộng là 63 số, từ số 1 đến số 72, không liên tục. Trước Tết Quý Mão, bạn già Nguyễn Đôn Phong còn ưu ái tặng tôi trên 400 số báo *Bách Khoa* được đóng thành tập, cũng bìa cứng, chữ mạ vàng, mỗi tập 7 cuốn được xuất bản từ năm 1957 đến 1973. Ngoài ra còn một số Tạp chí *Trình Bày* và *Đất Nước* xuất bản trước năm 1975 của anh cũng có mặt trên Tủ Sách Gia Đình của tôi. Tôi nhận cái *kho tàng sách báo* mà lòng bồi hồi xúc động. Chắc anh cũng là người yêu sách thứ thiệt nên mới bỏ công sức và tiền bạc để săn được vô số sách quý ấy. Nghe nói anh chị phải mất hai lượng vàng để mua và chuyên chở đống sách báo ấy qua Canada. Anh chị cũng sắp vô Nhà Dưỡng lão như đồng nghiệp Nguyễn Viết Ninh nên sẵn sàng "chọn mặt gởi vàng" để trao của quý ấy.

Tôi không biết nói gì hơn là mượn những dòng tâm tư nầy gởi đến anh lời cám ơn sâu đậm và chân thành nhứt. Nhà phê bình văn học **Nguyễn Vy Khanh**, đồng môn ở Đại học Văn Khoa Sài Gòn đã tặng tôi ba cuốn sách phê bình văn học do anh biên soạn với chữ ký và lời đề tặng trang trọng: *"Thân tặng đàn anh Văn khoa và về Ca dao đất nước 18-3-2004"*. Chưa hết, nhà phê bình còn đích thân mang tới nhà trao tặng tôi hai cuốn sách nữa. Điều đáng quý là anh đã chịu khó viết lời đề tặng, ký tên và đóng dấu triện son cẩn thận. Đó là cuốn *Văn Học Quốc Ngữ Thời Đầu & Miền Nam Lục Tỉnh* (nhà xb Nhân Ảnh Hoa Kỳ, 2021): *"Quý tặng nhà Nam học Nguyễn Kiến Thiết"* (Montréal 30-7-2021); và cuốn *Sống Và Viết Ở Hải Ngoại* (Nguyễn xb 2021). Được nhà phê bình văn học có tầm cỡ, người-bạn-đồng-môn-đi-sau-về-trước tặng sách là một hạnh phúc lớn. Vì không muốn "múa rìu qua mắt thợ" nên đến hôm nay tôi vẫn còn nợ anh một "Lời bàn"** Còn ông giáo già Cả Ngố, một Tổng-thơ-ký-kỳ-cựu-chưa-mệt-mỏi của Hội nhà cũng tặng tôi ba quyển sách xoay quanh chủ đề "Chuyện Nọ Xọ Chuyện Kia". Cả ba cuốn sách đều có in hàng chữ: "*Tác giả xuất bản làm quà tặng kỷ niệm* (**không bán**)", cũng như có chữ ký và lời đề tặng của tác giả: "*Thân tặng Mr. Nguyễn Kiến Thiết và Phu Nhân* –TVDụ (ĐHSP'65), Aug 2014". Điều đáng nói là cả ba cuốn sách được bạn hiền Cả Ngố ba lần đích thân mang tới nhà tôi trao tận tay, thể hiện "Cách cho hơn của đem cho" – một nét đẹp văn hóa ngàn đời của dân tộc. Mặc dầu tác giả khiêm tốn cho rằng "Sách *của hắn chẳng qua chỉ là tập hợp những bài đầu An-nam, mình Cu-ba, tay chân tôm cá, đầu ngan đít ngỗng (...), đầu người mình ngựa*" nhưng tôi có thể nói

Cả Ngố họ Trịnh với giọng văn vừa châm biếm hài hước, hấp dẫn người đọc không thua gì nhà văn trào phúng Thổ Nhĩ Kỳ Aziz Nesin (1915-1995). Từ "Đôi Lời Loanh Quanh" của tác giả Nọ-Này-Kia, tôi muốn gọi Cả Ngố là Ông già cà kê. Và với biệt tài cà kê dê ngỗng rất Cả Ngố, kể những "chuyện lụn vụn loạn xà ngầu" xoay quanh chủ đề "Ông Bà Giáo Sư Mất Dạy", ông già cà kê nầy quả xứng đáng đoạt ngôi vị "Phiếm bá". Tôi cũng muốn nhắc đến 7 cuốn sách Phiếm và một số chuyện phiếm thời sự nóng hổi do "Phiếm chủ" **Song Thao** đã ưu ái tặng chúng ta trong mùa đại dịch. Rồi ca-nữ sĩ **Hải Phong** cũng tặng chúng ta Ebook TTVBVNHN (số 2, số 3) trong đó có đoản văn rất cảm động "Tôi đã thấy" nói lên tâm trạng hoảng loạn của một bà mẹ bị cách ly trong nhà dưỡng lão. Đó là chưa kể đồng nghiệp **Nguyễn Bá Hoa** đã tặng chúng ta cuốn khảo cứu *Tây Ninh Sông Dài Cá Lội* (xb.2018) - một kiểu Địa phương chí giống như hàng loạt sách Xưa và Nay của Huỳnh Minh xuất bản trước năm 1975. Làm sao diễn đạt hết *Tấm lòng* và *Cái tình* của những bạn hiền đã dành cho tôi với tất cả sự ưu ái – nói khác đi là *gãi đúng chỗ ngứa*. Xin cám ơn tất cả những tấm lòng của những đồng nghiệp đáng quý.

Cho phép tôi được lan man đi xa để một chút vì những cái tình để nhớ đến đồng nghiệp Lâm Võ Huỳnh và Nguyễn Minh Sang… đã lần lượt ra đi trong thời gian gần đây. Người-có-cái-tên-gồm-ba-họ-gộp-lại (**Lâm-Võ-Huỳnh**) với lối kể chuyện khôi hài ý nhị đã tạo nên những tràng cười thoải mái trong một số kỳ Đại hội Giáo chức. Tôi nhớ có lần anh đã than: "*Bây giờ bọn mình đã gần đất xa trời nên **chả có gì** và **không có chỗ đứng***" (những chữ in đậm anh đã *nói lái* có dụng ý). Rồi một số kỷ niệm lúc tập duợt và trình diễn văn nghệ với thầy-đờn-cổ-nhạc-thích-hát-tân-nhạc **Minh Sang** lại chợt hiện về. Trong dịp tang lễ một nửa kia của anh, bằng một giọng thều thào trong suối lệ, anh đã nói với tôi: "*Bịnh của tôi vô phương cứu chữa. Tôi sắp phải đi xa. Nếu được, nhờ anh viết cho tôi mấy chữ*". Tôi gật đầu nhưng bụng hơi lo vì không biết mình có thực hiện được hay không. Giờ đây anh đã thật sự đi xa, mang theo "tiếng đàn lục huyền Vọng cổ nhà nghề điêu luyện" về sum họp với chị nơi miền Cực Lạc.Tôi đã thực hiện phần nào lời hứa với anh cũng như trả chút nợ tinh thần để anh yên lòng nơi cõi vĩnh hằng!

Trông người mà nghĩ đến ta. Rồi đây việc cho/nhượng sách mà bạn hiền Nguyễn Viết Ninh, bạn già Nguyễn Đôn Phong và các bạn hiền, bạn già, bạn Internet đã thực hiện sẽ được tôi lặp lại rập khuôn, đôi khi phải trào nước mắt!

Trong thời đại tin học phổ biến toàn cầu, sách vẫn còn len lỏi trong mỗi chúng ta bằng nhiều phương cách chỉ với một cái nhấp chuột. Đối với những ai còn mang nặng nghiệp dĩ văn chương thì "Sách quả là người tình lý tưởng". Xin cám ơn tất cả các bạn đã bắc nhịp cầu tri âm cho tôi tiếp cận với *người tình lý tưởng*! Những *Tấm lòng* và những *Cái tình* nầy đã thể hiện *Cách cho* vì họ tâm đắc cái điệ*u nghệ* của người chơi sách: "*Giữ bo bo sách cho chỉ riêng mình đọc - mà chắc gì đã đọc hết, là **không biết chơi sách**"* (Lê Minh Quốc)!

Nguyễn Kiến Thiết - Montréal XII.2025

*Từ cuối năm 2020 đến nay, tôi đã nhận trên 30 quyển sách cũ/mới và một số ảnh nghệ thuật do Nhiếp ảnh gia quốc tế Lê Quang Xuân ưu ái trao tặng. Đặc biệt, ở mỗi trang đầu sách, anh đã chịu khó viết lời đề tặng, ký tên và đóng dấu triện son rất trang trọng: *"Tặng anh Nguyễn Kiến Thiết với lòng quý mến - Nov 2020", "Thân tặng nhà thơ Trúc Lan với lòng quý mến - Thu 2020"*. Tôi nghĩ anh phải mất khoảng 2 tiếng đồng hồ để ký tặng sách và ảnh nghệ thuật đó. Để đáp tạ phần nào món nợ tinh thần nầy, tôi đã cảm tác gần 10 bài thơ gồm đủ mọi thể loại gởi đến anh. Những thi ảnh nầy đã đăng trong quyển sách của tôi tựa đề là ***"Những Trang Văn Đời Tôi"*** do nhà Văn Học Mới Hoa Kỳ xuất bản năm 2021. Một lần nữa xin cám ơn anh thật nhiều.

** Thật ra, nhằm trả chút "nợ tinh thần", tôi đã viết bài "Nguyễn Vy Khanh Với Văn Học Quốc Ngữ Thời Đầu & Miền Nam Lục Tỉnh" đăng trên *Ngôn Ngữ* (số 23, tháng 1/2023) và tập sách "Những Mảnh Vụn Văn Học" (Văn Học Mới Hoa Kỳ xb. tháng 12/2025).

NGUYỄN VĂN SÂM
Về Doãn Quốc Sỹ

Doãn Quốc Sỹ vừa ra đi ở tuổi 102. Con số có thể coi là đại thọ. Tôi nhỏ hơn ông 17 tuổi. Tuy số tuổi cách nhau như vậy nhưng tôi từng hân hạnh cùng làm việc với ông nhiều chỗ mà trường Đại học Vạn Hạnh là một thí dụ, tôi cũng là người có nghề và nghiệp tương tợ ông, cũng là người hân hạnh từng dự lễ mừng sinh nhật 80 rất tưng bừng của ông ở Houston, TX. Và mới đây dự lễ mừng Thượng Thọ 100 tuổi của ông ở Westminster và cũng đã tặng ông một bài thơ như sau:

Mừng thọ đại huynh thế kỷ tròn,
Bách niên vững bút vững lòng son,
Trần gian muôn nẻo, đông bằng hữu.
Thế sự thăng trầm, chuyện cỏn con

Phải, khi người ta tới tuổi cao nào đó thì quên nhiều chuyện mà thế nhân thường nói là lẫn. Cho nên Thế sự thăng trầm, chỉ là chuyện cỏn con, không đáng cho người lớn tuổi (cỡ tuổi cụ Doãn hay nhỏ hơn 2, 3 mươi tuổi) bận tâm nữa.

Còn nhớ khi xưa, cách nay 30 năm , 1995, khi tôi làm chủ tịch hội cựu học sinh và giáo sư thành phố Houston và vùng phụ cận, có chủ trương làm đặc san Petrus Ký thì GS Dương Đức Nhự đã gởi tới một bài thơ Đường rất đặc biệt như sau:

Tái kiến Doãn Huynh".

Nguyên văn
Nhị thập niên trường vô hội ngộ,
Kim thiên khách địa hựu tương phùng.
Lao dư thập tuế kiên thiền tọa,
Hỷ kiến hiền huynh thậm kiện khang

Bản dịch của tác giả.

Hai chục năm dài không thấy mặt,
Hôm nay đất khách gặp nhau rồi.
Hơn mười năm ngục tinh thần vững,
Mừng gặp bạn hiền rất mạnh vui.

Dương Đức Nhự. Houston, 3 - 3 - 1995

Mấy năm về trước, chúng tôi gồm NVS, Ngọc Ánh, với sự dẫn đường của nhà văn Tràm Cà Mau có ghé thăm Cụ Doãn ở Garden Grove, ông phương phi, nhưng trí nhớ đã không còn nhiều, cô con gái phải thông dịch thường xuyên, Trước khi ra về tôi đọc cho ông nghe bài thơ mình làm vội trước khi đi để có gì đó làm quà khi tới thăm nhà giáo - nhà văn của Sáng Tạo dầu biết rằng ông đã lãng đãng, không còn bận tâm gì tới ý nghĩa của bài thơ:

Đời còn người đọc sách,
Ta ngồi trước máy hoài.
Viết mong đời trong sạch,
Vui ước mơ tương lai.

Giờ thì nhà văn nổi tiếng là hiền lành và là một trong hai người của nhóm Sáng Tạo sống thọ nhứt đã vĩnh viễn ra đi. Ở xa và đương trị bịnh nên không thể viếng thăm lần cuối, chỉ xin đứng xa mà vọng bái và cầu chúc cho hương hồn cụ Doãn được Tiêu Diêu Nơi Miền Lạc Cảnh.

Kính bút,
Nguyễn Văn Sâm
Victorville, CA ngày Nov. 01 2023

NGUYỄN VĂN SÂM
Người Em Xóm Giếng

Người đàn bà trẻ để nhẹ cái thau đồ giặt xuống kế bên miệng giếng rồi đặt đứa con nhỏ nãy giờ chị xốc nách đứng hơi xa xa một chút. Chị vừa kéo nước vừa ngó chừng con bé. Giặt quần áo dơ của con mà chị nhăn nhăn mũi kiểu tiểu thơ nhà giàu phải săn sóc con so khi chưa quen cực khổ. Đứa nhỏ lẩn quẩn bên mẹ. Con bé chừng 4 tuổi kháu khỉnh, mặt mày rất dễ thương. Thằng Tín nằm dựa lưng vô gốc mít nghỉ trưa tránh nắng thấy hết cảnh tượng. Nó đưa hai ngón tay búng 'tróc tróc' con bé để hai đứa cùng cười. Rồi nó thiu thiu ngủ gà ngủ gật khi một vài cơn gió mát thổi qua.

Trong mơ màng nó cảm giác như ai đó bỏ gàu kéo nước mà nhấp cái gàu gần đầy xuống mặt nước quá mạnh. Nó vẫn chập chờn giữa mê và tỉnh của cơn nắng trưa chói chang muốn làm nổ màng tang người. Rồi nó tỉnh giấc hẳn hòi, mắt ráo hoảnh khi nghe tiếng khóc kể của người đàn bà trẻ. Không cần suy nghĩ nhiều nó cũng biết chuyện gì đã xảy ra. Buổi trưa nắng nóng, quanh giếng không có bao nhiêu người, chắc nịch là chẳng ai có thể giúp gì cho chị ta: vợ chồng ông thầy giác lể thì khỏi nói, yếu nhớt như sên, ba bà cụ quá già người Bắc di cư, mới tới Xóm Giếng không được bao lâu.

Thằng Tín ngó qua năm người kia rồi chú ý tới người đàn bà trẻ. Mới nhìn thấy nước mắt nước mũi của chị ta thì nó đã tính leo xuống giếng rồi, nhưng khi bắt gặp ánh mắt khinh khi của ông thầy giác lể, nó thấy lại như in cặp mắt đó với hai bạt tai nẩy lửa trên má nó mấy tháng trước thì lòng lại lạnh tanh và chần chờ rồi lại muốn bỏ đi. Hình ảnh sư phụ nó bị lính kín còng tay dẫn độ về đồn. Tiếng xầm xì về sự cáo gian để đoạt chùa. Cặp mắt hớn hở và cái cười thỏa mãn trước đây của bà thầy như mình bắt được kẻ trộm danh tiếng làm cho thằng Tín muốn quay lưng bỏ đi hơn nữa.

Nó ngừng suy nghĩ thiệt hơn khi nhớ tới nụ cười vô tư của

con bé chừng nửa tiếng đồng hồ trước khi nó đưa tay làm tiếng 'tróc tróc'...

⁂

'Anh em nói mình từng là người Sàigòn, sống ở đó mấy chục năm chớ có biết đường Huỳnh Quang Tiên không vậy?'

Ông Ba ngừng nói, đảo mắt qua mấy người bạn cùng bàn. Ai nấy đều tránh cặp mắt của ông như thầm thú nhận rằng mình không biết.

Ngoài kia nắng đã liếm tới chưn cột bàn ông Thiên. Người đàn bà đương cong lưng quét sân, bụi bay lên coi bộ nhiều, thỉnh thoảng ngó về phía tiệc nhậu dã chiến của bốn người đàn ông, lắc lắc đầu nhè nhẹ. Ông Ba nhăn mặt không vừa ý nhưng rồi cũng kể tiếp.

'Hồi nẫm đó nhe, tôi lăn lóc từng ngày gần hai chục năm ở đó, qua bao khốn khổ nầy nọ nên thỉnh thoảng cảnh xóm giếng đường Huỳnh Quang Tiên hiện ra trong chiêm bao với đầy đủ tình huống buồn, sợ, chán chường, với chuyện tình si, tình lụy đớn đau. Nhiều khi thức dậy còn thấy nước mắt chảy ròng, kiểu như đàn bà lưu lạc tha phương, hôm nào đó chạnh lòng nhớ quê sụt sùi thổn thức.'

Thấy mấy bạn cùng bàn vẫn còn ngơ ngác, ông Ba nói tiếp, kiểu lăp đi lăp lại của dân nhậu:

'Đường Huỳnh Quang Tiên đó hả?'

'Nói vầy cho dễ hiểu nè! Bắt đầu từ góc đường Nguyễn Cư Trinh với Trần Hưng Đạo nhe! Từ đó băng qua đường Trần Hưng Đạo thẳng xuống tới bờ sông Bến Chương Dương là đường Huỳnh Quang Tiên. Tôi nói là nói tên đường Việt Nam có sau thời Pháp chớ nói tên đường trước đó như là Blancsubé de CauKho, Galiéni hay Quai de Belgique thì anh em còn bù trất hơn nữa!'

Cả bàn lại yên lặng. Một người nhẹ nhàng đưa tay quơ quơ đuổi vài ba con ruồi hỗn hào đậu lên miếng cánh gà xương xẩu nãy giờ chưa ai chịu bỏ vô chén mình.

'Bây giờ thì tên mới là con mẹ gì đó hổng nhớ nổi... Ối! Hơi sức đâu mà nhớ mấy cái tên lạ hoắc lạ huơ đó! Anh hùng với ai chứ đâu có anh hùng gì với bọn mình, phải không các bạn?'

'Đường Huỳnh Quang Tiên đó nhe, dọc theo đường nẩy bên tay mặt hồi trước là khu nhà sàn cất trên đầm lầy rạch cùn rạch cạn, nước ra nước vô hằng ngày. Đi ngoài đường thì hổng thấy nhà sàn gì hết nhưng chỉ cần rẽ vô một đường hẻm là thấy liền bởi vì mặt tiền đường nhà cửa tương đối khang trang, họ cất tiếp nối che kín bên trong. Tốt khoe xấu che mà!'

Ông Ba ngừng nói, đưa tay bóc một miếng cóc bỏ vô miệng. Miếng mồi coi bộ cứng nên ông nhả ra bỏ lại vô chén mình.

Mẹ! Lúc nào cũng tưởng răng cỏ còn cứng như hồi đó. Cắn nhẹ mà đau thấu tới óc. Ông than thầm. Thấy bạn nhậu ngó mình, ông tiếp:

'Còn bên tay trái phía trong có một khu đất trống lai rai vài ba cái mả đá ong, giữa đám đất trống là cái giếng mội. Người ta quen kêu như vậy nhưng mà hỏng trúng. Giếng nào lại chẳng là giếng mội, không mội làm sao có nước? Tui nói vậy anh em thấy phải không?

Lại vài ba phút yên lặng, yên lặng tới tiếng ruồi bay vo ve cũng nghe…

'Giếng nẩy phải kêu bằng giếng xây mới đúng, xây đàng hoàng, lớp dưới cùng thì là đất sét, trên đó là đá ong, dầy đâu chừng hai thước, trên cùng cũng độ hai thước là gạch đỏ, thứ gạch xây tường đó. Xưa người ta không văn minh bằng mình bây giờ nhưng xây giếng có ý lắm, chừng cách ba bốn tấc thì họ chừa một lỗ nhỏ để thợ vét giếng hay khi ai đó có chuyện gì cần xuống giếng thì leo dễ dàng. Tứ bề đều như vậy!'

'Tui nói vầy anh em hình dung được không nè!'

'Hai chưn giang ra hai bên, hai tay cho vô hai lỗ đối diện, lần lần thay đổi vị trí tay chơn là leo tới đáy giếng ngon lành. Nước giếng luôn luôn chỉ cao tới ngực người lớn nên người bình tĩnh té giếng cũng không có gì phải quá sợ. Lên thì cũng cách đó thôi. Anh em biết không? Thợ vét giếng dầu kinh nghiệm nghề bao lâu cũng vậy, không được ở dưới đáy giếng quá mười lăm phút. Ngộp thở mà chết. Muốn ở lâu họ phải đem theo một cái đèn dầu, hay là cây đuốc dầu chai, đốt lên để thay đổi không khí mới có đủ ốc xy mà thở.'

Bạn nhậu hai người há hốc miệng ra nghe, một người trẻ

nhứt bọn chăm chăm địa mấy miếng thịt ngon trong dĩa rồi từ tốn gắp một miếng ngon nhứt bỏ vô chén mình. Bác Ba chuyển hệ liền:

'Ừ ăn đi! Tự nhiên nhe! Miếng đó nhiều thịt mà bợm nhậu tụi nầy thì không ưa thịt, chỉ khoái xương thôi.'

Bác tiếp câu chuyện của mình tỉnh bơ.

'Giếng nầy nước trong veo mà xài bao nhiêu cũng không cạn nên cả xóm đâu độ chừng cả trăm nhà xúm xít nhau cùng xài. Tụi tui hồi đó kêu là Xóm Giếng Huỳnh Quang Tiên. Lúc đó xa lắm mới có một cái phông tên, bây giờ kêu là máy nước đó! Còn nước của nhà máy nước chuyền vô nhà hả? Đừng có mơ! Chỉ xóm giàu nhà gạch, nhà lầu mới có, xóm nghèo thì đừng hòng. Tưởng giếng sâu anh nối sợi dây dài. Ai dè giếng cạn anh tiếc hoài sợi dây... Giếng vàng đã rụng một vài lá ngô. Giếng vàng không phải là giếng có vàng đâu à nhe! Đó là giếng có vài ba lá ngô đồng trổ màu vàng rụng xuống trong đó. Thi sĩ nói giếng có lá rụng vô thì đẹp. Đẹp ông nội tôi chứ đẹp. Thúi giếng thì có.'

Ông Ba hễ rượu vô thì nói chuyện nọ xọ chuyện kia sang đàng nhưng bạn nhậu không ai tỏ ý bất mãn để phê bình. Có người còn tán thưởng bằng cách khi thấy ông ngừng nói liền mời chun rượu nãy giờ đương chờ. Thường thì ông tiếp cái chun mời một cách lịch sự nhưng cầm chừng vài phút là đặt xuống kiếm chuyện gì đó làm để câu giờ!

Lúc nầy không biết ông ứng bà hành gì mà ông Ba cầm chung để đưa lên miệng húp cái rột, để xuống mạnh tay, k...h...à một hơi dài dáng vẻ gì đó như tự hào mình đã làm tròn bổn phận với anh em. Ông ngả lưng vô ghế dựa, mắt chớp chớp:

'Nói nầy nghe nè! Ở gần xóm giếng có cái lợi là biết nhiều chuyện hay lắm của xóm. Biết trước thiên hạ à nhe! Cô nào bắt cặp với cậu nào. Con gái nhà ai chịu đèn với con trai nhà ai, mình khỏi cần có cặp mắt tinh đời cũng biết qua cái nhìn vui buồn của họ hay nghe vài ba câu đong đưa trao qua đáp lại. Không trật đâu được, mười lần như một đều trúng.'

Một người trẻ đưa tay rót cho mình một chung rồi rót vòng cho ba người khác. Cậu để chai rượu xuống, cầm chung của ông Ba đưa lên cao, nói:

'Cháu kính Bác Ba chung nầy. Ngồi uống với bậc trưởng thượng có cái lợi là biết được nhiều chuyện đời xưa mà không có sách vở nào ghi lại. Lần trước được nghe chuyện con Gái, em mà biết lo thay mẹ tắm cho anh. Lại nghe chuyện bà già chuyên nghề khóc mướn tới chừng con gái mình chết thì không còn nước mắt để khóc. Thảm biết là bao nhiêu. Bữa nay Bác kể chuyện gì đó của Xóm Giếng Huỳnh Quang Tiên cho anh em mở trí khôn nha Bác!'

Một người tuổi cũng xồn xồn, xách chai rượu đứng dậy:

"Để tui lo vụ nầy'. Chú vừa nói vừa đưa chai rượu còn chút cặn lót đáy lên lắc lắc. Trước khi dợm cẳng bước đi còn nói thêm: 'Nhưng chú Ba chậm kể chuyện đợi tôi về nha!'

Bác Ba trở mình với lấy gói thuốc rê trong túi áo móc trên lưng ghế của người bạn ngồi gần:

'Xóm giếng đó thì đã để lại cho tôi mấy kỷ niệm nhớ đời, nhớ đời buồn buồn trong dạ… nhưng đời mà, kỷ niệm buồn làm cho cuộc sống của mình phong phú hơn, chứ trơn lu, trớt quớt thì đời đâu có gì đáng nói. Tôi quí hai chục năm ở đó còn hơn vàng. Càng quí hơn nữa là mình đã làm đúng, chẳng hại ai, chẳng làm lỡ đời ai. Tiếng lỡ đời bác xuống giọng kéo dài hơi với âm thanh thê lương kiểu than thở của kép Năm Phồi ngày nào.'

Bàn nhậu trở nên im lặng một cách kỳ lạ.

⁂

Xóm Giếng sống bình thản tháng ngày. Ngôi chùa Hoa Nghiêm Tự làm tròn vai trò tạo nên nếp sống êm ả của vùng. Sáng chiều đều có tiếng gõ mõ công phu. Nhà ở gần nghe lời kinh ê a của sư trụ trì miết rồi biết giờ giấc khỏi cần coi đồng hồ. Chú tiểu Tín Giác ra vô quét tước, nấu nước pha trà sớm chiều cho thấy cách kính cẩn và nghiêm trang của một đứa trẻ hiểu chuyện mình cần làm.

Một sáng kia hai xe traction đen, bản xanh, bản số VNN-

XXX đậu trước chùa. Bốn người lính áo vàng đẩy cửa hùng hổ bước vô. Người lối xóm không dám bu tới coi chuyện gì như họ thường làm khi có chuyện lạ trong xóm, chỉ rút trong nhà, len lén vạch màn ngó ra.

Một lúc sau mấy người lính áp giải sư cụ ra xe. Tay cụ bị còng về phía trước. Tiểu Tín Giác vừa khóc vừa chạy theo trao vội tay nải cho sư khi xe bắt đầu lăn bánh.

Lối xóm ào ra. Mỗi người một câu quanh mấy từ thường nghe trao đổi nho nhỏ trên miệng người dân: Việt Minh, truyền đơn, quốc sự, lựu đạn, dao găm, thuốc Tây, trong khu, tiền giả…

Ai nghe cũng lắc đầu le lưỡi.

Rồi tiểu Tín Giác phải về nhà với cha mẹ, cũng ở trong xóm sau khi ở trong chùa một mình độ chừng mươi bữa nửa tháng trông đợi thầy về mà không thấy.

Tiểu về lại nhà, cái đầu trọc chừa chóp tóc trên mỏ ác được hớt gọn để chờ ngày mọc tóc. Chùa đóng cửa, coi như bỏ hoang từ đó. Cho tới một hôm nhà ông bà thầy giác lễ kế bên cho người mở cửa chùa dọn đồ đạc nhà mình vô, hạ những liễn đối, những đồ vật thờ phượng xuống và kêu người đem tất cả tượng Phật dâng tặng cho mấy chùa ở gần gần như Thủ Đức, Nhà Bè, Giồng Ông Tố, Bình Nhâm, Bình Hòa

Người trong xóm bàn tán cho rằng gia đình kia chiếm ngang vì ông thầy chủ chùa không còn nữa. Thằng Tín mỗi khi đi ngang ngôi chùa xưa, nơi nó từng sống những năm êm đềm dưới sự dạy dỗ của thầy mình luôn luôn thấy nao nao lòng. Bốn tiếng bao hàm sự kính trọng thân thiết chú tiểu Tín Giác đã được thay bằng mấy tiếng coi thường đượm chút khi dể Thằng Tín xách nước mướn ban đầu nó không muốn nghe, nhưng thét rồi cũng quen.

Có lần thằng Tín tình cờ nghe một người nào đó trong xóm xầm xì với ba nó là nên làm đơn đòi lại chùa cho nó với lý do nó là đệ tử ruột của thầy. Ba nó là người bình dân, ít học, có đời sống đơn giản nên chỉ nghe mà không ý kiến cũng không có hành động gì sau đó.

Người kia nói rõ ràng ý mình:

‘Chắc ông bà thầy giác lễ toan tính trước nên tố cáo gian

gì đó để ông thầy bị bắt. Tố cáo thì đâu khó gì. Có chứng cớ hay không người bị tố cáo cứ bị lính kín bắt đi trước đã. Vài tháng ở trong bót Catina, hay vài ba năm ở trong Khám Lớn nếu được thả về, thân tàn ma dại, sản nghiệp về tay người khác cũng được kêu là may mắn do phước đức ông bà để lại…'

⁂

Người đàn bà quét sân ý chừng đã làm xong phận sự, xách chổi vô nhà, đi ngang qua đám nhậu, để xuống bàn họ mấy trái xoài sống lấy từ dĩa trái cây cúng bàn ông Thiên. Bác Ba ngó theo từng cử chỉ của vợ nhưng không nói gì. Người vợ đi ra nhà sau, một lúc đem tới cho tiệc nhậu con dao Con Chó với chén nước mắm đường trong đó lềnh bềnh ba bốn trái ớt mọng đỏ. Ông Ba ngó lên vợ như cảm ơn rồi ngó bạn nhậu, tiếp tục câu chuyện của mình….

'Ờ… ờ… ờ. … Hồi đó tôi nghe bàn tán thiếu điều đầy lỗ tai nhưng mà nghe thì nghe vậy chớ không biết đúng không nữa. Mấy chục năm nay tôi nghĩ hoài mà không ra câu trả lời. Thôi thì mình theo cách từ bi, không đổ oan cho người, nên bỏ qua không truy cứu.'

Ông cười ra tiếng, nói giọng mai mỉa:

'Mà truy cứu mẹ gì được. Bằng chứng đâu?'

'Rồi chú Tiểu gì đó sau nầy sống ra sao ông Ba biết không?'

Ông Ba trầm ngâm thiệt lâu, mới thủng thẳng kể từng tiếng chậm chậm như xúc động chuyện đời mình. Bạn nhậu chăm chú lắng tai nghe.

⁂

Trong xóm giếng, thằng Tín không ghét ai hết. Vậy mà hôm rằm vừa qua nó bắt đầu ghét ông chồng bà thầy giác lể. Số là nhà bà Tư giác lể có tục cúng rằm trước bàn Ông Thiên. Mỗi lần cúng thì bà thầy thắp nhang xá bốn phía xong xuôi rồi vô nhà ngồi ngó ra canh chừng dĩa trái cây. Xóm thỉnh thoảng có đứa bưng nguyên dĩa khiến cho bà cảnh giác trong giận hờn trách móc. Để bào chữa tánh keo kiệt của mình bà thường nói rằng đứa lớn nhỏ nào bất kỳ, thèm thì xin, bà cho không hẹp lượng. Nếu không dám xin thì trút hết trái cây cũng được nhưng đừng bưng nguyên cái dĩa bà mất công mua dĩa khác.

Thằng Tín sau khi hết ở chùa thì về nhà sống với cha mẹ nghèo ở ngoài rìa xóm giếng, nghĩa là ở sát chợ Cầu Kho. Nó không còn cái chỏm tóc trên đầu của chú điệu nữa và nhiều lần khi tóc lún phún ra chừng hai lóng tay là đã lo đi hớt để mong tóc mọc lên nhiều… Người trong xóm kêu nó bằng thằng Tín xách nước mướn. Mười ba tuổi nó bự xộn, cao nhồng, xách hai tay hai thùng nước, loại thùng dầu hôi hiệu con gà, đi te te một hơi tới nhà ai đó mướn đổ nước tháng mà nước vẫn còn mấp mé miệng thùng, không vơi bao nhiêu. Nghề đơn giản vậy mà sống được, còn có tiền giúp cho cha mẹ nó là đẳng khác.

Bực bội nhứt là bà thầy giác lể quả quyết là nó ăn cắp đồ cúng rằm trên bàn ông Thiên kỳ rằm đó.

'Chuyện hay a nhe, mà Bác Ba biết là anh Tín có ăn cắp không vậy?'

Tiếng một bạn nhậu phát ngôn lớn hơn bình thường. Người vợ bác đứng đâu đó ngước mặt lên ngó rồi nói nho nhỏ nhưng cũng đủ cho bạn nhậu của chồng nghe. 'Cũng ba cái chuyện đó mà kể năm nẩy qua năm khác không nhàm. Người thiệt lạ lùng! Hễ có chút rượu vô là giở chuyện cũ ra nói hoài.'

Ông Ba nghe hết từng tiếng lèm bèm của vợ nhưng coi như không, trả lời bạn hùng hồn:

'Đâu có! Nó gốc tu mà! Tu đâu hồi 6, 7 tuổi gì đó. Sanh khó nuôi khó, ban cua lưỡi trắng nên cha mẹ nó đem dâng cho Phật, ăn mày cơm Phật, nghe kinh nghe kệ nên tánh cũng thuần lương. Tu chừng 4 năm thì sư cụ bị nạn. Nó mới rời chùa chừng độ 2, 3 năm chứ mấy, đâu nhiễm thói hư tật xấu mau được.'

…Thằng Mẹo đi ngang nhà bà thầy giác lể. Nó chíp trong bụng dĩa trái cây trên bàn ông Thiên nhưng chưa dám ra tay, bả ở trong nhà ngó ra lườm lườm. Dịp may là bà thầy nghe tiếng chồng kêu liền đi vô, nó chạy mau tới bưng cái dĩa xuống, lật vạt áo lên đổ hết vô. Lật đật nó làm rớt hai trái xoài xuống đất. Nó lượm lên, chợt thằng Tín xách hai thùng nước đi ngang nó lẹ tay liệng vô thùng nước rồi ba chưn bốn cẳng chạy mất.

Bà thầy giác lể ra không thấy dĩa trái cây lại thấy thằng Tín với hai thùng nước, đứng xớ rớ đó thì cũng hơi nghi. Bà tới dòm vô thì thấy hai trái xoài của mình. Bà la lớn…

Thằng Tín thiệt thà, không đủ miệng lưỡi chỉ ú ớ là không phải tui…

Và hai ba bạt tai xán xuống làm nó xiểng niểng. Những lời miệt tuôn ra phũ phàng rằng là đồ tu dối thế, may mà hết tu chớ không thì sau nầy thành Đạo Chuối, Đạo Xôi hay là kiểu thầy chùa Lỗ Trí Thâm ăn thịt chó... Mặt đỏ gay, thằng Tín đứng thẫn thờ buồn hiu. Nó chợt nhớ tới thầy mình năm ngoái ông về không thấy chùa, hai thầy trò nói với nhau rằng mình đã hết duyên tu chùa, bây giờ ra đời tu chợ cũng là cách tu, nhưng phải nhẫn thiệt nhiều… Nó rươm rướm nước mắt, ngó bâng quơ rồi xách hai thùng nước tiếp tục làm công chuyện của mình.

⁂

Thằng Tín được cả xóm nhìn bằng cặp mắt có chút xanh sau việc cứu con bé té giếng. Cô gái rượu của ông thầy giác lễ đã chịu cười chào với nó. Con bé Diễm thì thân thiện hết mức. Cái thuộc từ xách nước mướn bị rớt đi lúc nào không biết. Tiếng thằng trước tên Tín cũng được nhiều người tự động bỏ đi. Năm 18 tuổi thì thằng Tín mua được chiếc xe mobilette xanh. Nó làm nghề bổ hàng cho mấy tiệm tạp hóa trong vùng bằng cách xách xe vô Chợ Lớn Mới mua về theo đơn đặt hàng của từng chủ tiệm với một chút tiền công.

Bữa kia con nhỏ Diễm đem tới cho thằng Tín cái thơ của Dì Út nó mà mặt mày bùng thụng bùng thịu, hỏi gì cũng không nói. Thơ chỉ có mấy dòng nói là hai người mình nên làm quen nhau qua thơ từ. Câu nó thích nhứt là: Cháu Diễm sẽ làm chim xanh cho hai người. Thơ từ qua lại chừng hai năm thì Thằng Tín nhận được cái thơ chót rằng bao lâu nay nàng viết thơ qua lại cho đỡ buồn do thất tình anh H. đương học trường Y Dược. Cô cháu Diễm bây giờ mới thấy có bộ vui vui. Rồi Dì Út đi lấy chồng không buồn từ giã người tình thơ. Ông thầy giác lễ không nói thẳng mặt với ai nhưng bắn tiếng là con gái mình lấy chồng giàu, có tương lai vì thằng rể sắp ra trường làm Dược sư, mở nhà bào chế thuốc như hai ông La Thành Nghệ, La Thành Trung ở đường Boresse vùng Cầu Ông Lãnh. Xóm giếng Huỳnh Quang Tiên thêm một kẻ thất tình thường thẫn thờ ngày mấy lần đi qua nhà ông bà thầy giác lể mà len lén ngó vô như cố tìm hình bóng người xưa còn vương vấn đâu đó.

Nó lục tìm hoài trong trí mà vẫn không giải thích được thích đáng rằng người ấy nói câu giã từ dối hay thiệt. Nó thường tưởng tưởng ra khuôn mặt của cô Dì Út rồi tự an ủi để khỏi đau lòng. Rằng đó là lời thiệt. Nó bị đùa dai, cái thói đùa tàn nhẫn của bọn con gái nhà giàu mới tanh tanh chút tiền mà những năm gần đây học trò các trường lớn thường bắt chước nhau. Đùa để vui, để tự hào có người si mình và để khoe với chúng bạn. Nó nhủ mình tin như vậy để khỏi đau đớn vì bị tình phụ. Nhưng mà vẫn đau đau, vẫn thẩn thờ, vẫn nghi ngờ câu trả lời của mình không đúng.

Thằng Tín bỏ xóm giếng Huỳnh Quang Tiên qua vùng Tân Qui Đông sình lầy, muỗi mòng sanh sống để quên mối tình được ban phát bất ngờ hai năm qua.

Một lần nhớ xóm giếng ngày xưa nó trở về thăm. Ba năm mà vật đổi sao dời nhiều, lắm nhà mọc lên bề thế. Có nhà làm hàng rào bao bọc luôn ngôi mả để chiếm đất. Mấy gia đình di cư đã khá hơn nên rủ nhau cùng dọn đi nơi khác. Ông thầy giác lể đã chết. Bà thầy bị ung thư gì đó rề rề ốm yếu thường ngồi trong nhà ngó mong, vô hồn. Cô bé Diễm bây giờ trổ mã coi cũng được ớn. Mẹ của bé trở thành cô phụ khi người chồng biền biệt không để lại vết tích.

Thấy thằng Tín, con nhỏ Diễm mừng rơn, chạy ra nắm tay nắm chưn trách móc sao bỏ đi biền biệt không nói lời chia tay để nó được đứng trông theo tới khi anh trở thành cái bóng nhỏ mờ lần. Nghe trách, thằng Tín, chỉ cười trừ. Con nhỏ nẩy cải lương dễ sợ. Nó nói thầm.

⁂

Con Diễm coi bộ tự do. Nó liến thoắng leo lên chiếc xe mobilette cả chục tuổi đời của tôi bắt chở ra Sàigòn. Nó nói leo lẻo khi mới ngồi an vị và choàng tay qua hông tôi nhột nhột:

'Anh Tín còn nhớ hồi đó em đếm trước ngực anh có mấy mụt ruồi son và sau lưng anh có mấy mụt ruồi đen không?'

'Nhớ chứ sau không? Cứ đếm hoài nhột muốn chết. Bà ngoại em rầy bao nhiêu lần mà cũng không sợ. Hồi đó nghèo, trưa chiều gì cũng ở trần bận quần xà lỏn. Trời nắng nằm dựa gốc mít ngủ nên mới cứu được con nhỏ té giếng.'

Có tiếng cười như nức nẻ, tiếp theo là tiếng thỏ thẻ nhẹ nhàng:

'Tám tuổi mà em biết yêu anh rồi đó. Muốn ở gần anh nên lẩn quẩn ngoài giếng hoài. Trưa má kêu đi ngủ lần nào cũng chần chờ!'

'Em còn nhớ anh dọa là con gái gần con trai hoài thì có chửa không?'

'Nhớ!'

Cả hai làm thinh một hồi hơi lâu. Đường Sàigòn chật chội. Ga xe lửa Sàigòn túa người băng qua đường Boudhonné bất chấp xe cộ. Mấy chiếc xe buýt xịch tới xịch lui khiến con nhỏ ôm người chở mạnh hơn.

'Em hỏi bà ngoại. Bả nói gần nẩy khác, không phải gần như vậy.'

Tôi thấy chuyện nẩy cũng lạ. Con bé quyến luyến mình từ đời cố Hỷ cố Lai nào không biết mà lẽo đẽo theo mỗi khi có dịp dầu là mới có 8, 9 tuổi.

'Hay là mình ăn trưa cơm gà nấu đậu ở quán Thanh Bạch kế bên rạp hát Vĩnh Lợi đi anh.'

Tôi e dè:

'Đi lâu coi chừng chị Hai chửi.'

Con nhỏ sửa liền:

'Anh không được kêu bằng chị Hai nữa, thay đổi cách xưng hô ngay từ bây giờ là vừa.'

Trời mát mà tôi nghe lạnh xương sống. Con nhỏ nói xa gần, thiệt thà như tôi cũng hiểu ý. Tôi ngó lên mấy con chim bay trên bầu trời rồi ngó sang bên kia đường, dãy tiệm bán vải của những người Chà Bombay giàu có để quên hiện tại. Không biết nên buồn hay nên vui, cũng không biết ứng phó kiểu nào cho hợp. Nó vừa mới lớn, còn lanh chanh trong tình yêu trai gái. Tôi lại còn tương tư Dì Út nó chết bỏ làm sao dính dáng với nó được?

'Anh cứu em té giếng hồi nhỏ. Nếu không có anh cứu thì em đâu còn sống nên em thấy mình thích anh. Cũng là một cách trả ơn vậy mà.' Con nhỏ nói có vẻ thành thật nhưng với tôi chỉ là trò chơi của ngôn ngữ.

Lấy tay gỡ tay con nhỏ ôm mình quá chặt, tôi nói:

'Chở em đi như vầy anh sợ Chị Hai má em rầy, chị có thể kêu cảnh sát bắt anh đó. Mà em nói chuyện đàng hoàng đi, nhỏ bằng hột tiêu mà nói chuyện gì đâu không!'

'Lại chị Hai, anh đổi cách xưng hô đi thì vừa. Đâu anh nói coi, kêu má em bằng gì?'

'Tới nơi rồi, vô ăn món gì dằn bụng rồi về Diễm ơi!' Tôi đánh trống lảng và giao xe cho người giữ xe trước tiệm, lấy cái thẻ bỏ vô túi quần vỗ vỗ cho chắc ăn.

'Cả chục năm rồi không đi ngang chỗ nầy. Hồi trước mỗi lần anh bịnh, sư phụ dắt đi nhà thương Sàigòn thế nào cũng xin sư phụ cho mấy phút đọc chuyện tình của công chúa Margaret và ông Thompson dán ở phòng Thông Tin Anh kế đây.'

'Anh cù lần và làm kiểu thầy chùa như vầy hèn chi Dì Út bỏ anh đi lấy chồng. Cũng phải thôi, đâu có oan ức gì.'

Con nhỏ mau lớn và coi bộ trưởng thành về sự suy nghĩ hơn mình tưởng. Nó dùng chiêu vừa trách cứ về doạ nạt, khiến tôi nín thinh.

Ngồi chưa yên vị con nhỏ nắm hai bàn tay tôi đương mở cái khăn bọc muỗng nĩa dao vừa mới được đặt trên bàn, và đương ngạc nhiên khi thấy lần đầu cái khăn trắng muốt, sang trọng quá chừng:

'Anh Tín nầy, em lớn rồi phải không? Thành nhơn chi mỹ rồi, Học Đệ Nhị rồi, cuối năm thi Tú Tài rồi. Phải không nói thiệt đi? Mà chỉ lớn với anh thôi nhe. Người khác thì đừng hòng tới gần.'

Tôi chu mỏ:

'Lớn cái con khỉ. Ngày nào cũng lật báo đọc mục Mai Bê Bi mà đòi làm người lớn.'

Con bé mặt tươi vui, chợt đổi đề tài:

'Nhớ khi đó anh nói anh tuổi Tý phải không. Tuổi Tý là người có tánh trù trừ, không quyết định gì đúng lúc hết. Nói cho anh nghe: Lẹ tay thì còn, chậm tay thì hết, con chuột trù trừ thì... thì có thể mất mồi và mất mạng.'

Con bé làm tôi hoang mang, Gì mà ghê vậy em?

Nó nói nhỏ: Anh hiền như cục bột lò bánh mì, ai muốn nặn sao thì nặn, không ý kiến. Bộ anh mới đẻ ngày hôm qua chắc. Còn em, bộ em là gỗ đá chắc, không biết yêu.

Hai tay nó nắm tay tôi bóp mạnh:

'Anh Tín, có cần phải nghe em nói là em yêu anh anh mới chịu hay sao?'

Tôi rút tay về khi người bồi bàn đem hai dĩa cơm gà nấu đậu ra, nói nhỏ:

'Anh vẫn còn nhớ Dì Út. Không thể để em đền bù chuyện cứu mạng ngày xưa bằng tình yêu nông nỗi của em.'

Nông nỗi! Con bé lập lại hai tiếng đó rồi đứng phắt dậy chạy ra đường phóng bạt mạng lên một chiếc xích lô đương trờ tới.

Tôi ngồi lặng. Rồi em sẽ quên thôi.

Tôi về thẳng bên Tân Qui Đông. Lúc qua bến đò Tôn Thất Thuyết, nhìn bóng mình trôi trôi trong dòng nước tôi tự an ủi rằng mình đúng, rồi má với bà em sẽ bắt em đi lấy chồng. Cuộc sống mới sẽ giúp em quên chuyện tình cảm thời mới lớn. Nhưng mà cha mẹ ơi, hai chục năm lính, hai chục năm sống bất như ý, hễ khi trời mưa thì tôi nhớ đến chuyện mình với hai người con gái, chuyện nào cũng lỡ làng. Mình tới họ lui. Họ tới mình lui. Lỗi tại duyên số hay lỗi tại tui trù trừ không quyết đoán. Tôi như cục bột ở lò bánh mì, chỉ chờ người ta nặn mình, chứ không thể tự mình thành gì hết.

Ta chỉ có một đời để sống, chỉ có một lúc thật quyết liệt để quyết định. Phải sống chơn thật với lòng và với giá trị phổ biến. Phải quyết định cách đúng đắn không lợi dụng để thủ lợi. Tôi trên căn bản là một chú tiểu mà, mộ người con Phật ngay từ nhỏ mà…

Mấy bạn hỏi sao mưa thì lại nhớ đến chuyện tình buồn của mình hả?

Ông nhạc sĩ nào đó thiệt rành đời lắm mới viết câu: Mưa bên chồng có làm em khóc? Bất như ý cuộc hôn nhân thì trời càng mưa càng nghe buồn, càng thấy cuộc đời mình là một đau thương lớn. Không khóc sao được. Thương cho thân phận của họ nên mình buồn thôi.

(Đón xem: Chuyện người Nhật Bổn cuối cuộc chiến)

Nguyễn Văn Sâm

Victorville, CA Feb. 28, 2020

HOÀNG XUÂN SƠN
SẮC DIỆN. B L Ờ I*

Ta khệ nệ bưng heo may
Rải thêm cổng gió
Cho đầy thu phong
Mùa ôm tứ lục qua đồng
Nghe đi dung tưởng về không nỗi nhà
May. nằm cơn ngủ

Còn ta
Giữa vời vợi bóng
Sương hoa mịt mùng
Cánh phồn hoa đã bít bùng
Vết xưa hoan lạc
Chốn kỳ cùng
Nơi
,
Gõ vào tịch liêu mây trôi
Dưới lưng hồn động khúc thiều quang rơi
Ta thấy tôi
Biến tấu
Rời
Những con huyền điểu rợp trời bay đi
Ta yêu em
[bởi]
Tự vì
Phiên dấm dẳn của hồ nghi
Động tình
Bên ngoài phiên bản cung nghinh
Nét ngang
Sổ một phúc trình nan y
Chữa tôi

Dặm liễu vàng quỳ
Về nghe sắc diện từ bi
Một lần

)(
6 nov. 25
@hxs.vhm
*blời , trời; cổ ngữ

GIẢ TƯỚNG
[Gởi San Phi, Vũ Hoàng Thư]

Tôi thật không
Không thật
Tôi
Hạt bụi thin thít vào nơi lộc trần
Bóc mình
Ràn rụa túy ân
Rồi tan chảy hết mộ phần man khai
Sinh ngắn vui
Chết tôi
Dài
Sợi dây buộc lạc mùa mai
Ngóng tàn
Ở chỗ mình còn lan man
Cấp kỳ vi nhựa tháo tràn nhân thân
Giống
Một con giống thất thần
Nơi mâm quả phẩm
Ngồi lân la tình

@hxs.10dec25

SAN PHI
CHÂN NHƯ VÔ VI
[Lưu dấu cùng Vũ Hoàng Thư, Hoàng Xuân Sơn giữa đôi bờ Giả Tướng - Chân Như.]

Bản thể Vô Tướng
Tâm không
Linh hồn không
Nương cõi vòng hồi nguyên
Lọc trong đục
Quán vô thường
Rồi an trú hết mộ phần khói mây
Đời dài tỉnh
Thức đúng - sai
Ngắn
Buông sợi
Buộc gai góc đời
Ngó sống mình đang luân hồi
Cấp kỳ chánh niệm giữ nơi nhân lành
Khác
Một con khác trở thành
Nơi tuyệt phẩm
Màng pháp trần khơi tâm

SAN PHI
1312251536

CHÁNH TÂM
SỐNG VÀ VIẾT VỚI NGUYỄN KIẾN THIẾT

Vào tháng 12/2025 vừa qua, tạp chí *Văn Học Mới* đã phát hành số **47** chủ đề "**Vinh Danh Nguyễn Kiến Thiết**". Đây là việc làm nhằm tri ân một cây bút gạo cội của tờ báo, đánh dấu sự nghiệp 60 năm cầm bút (1965-2025) của Nguyễn Kiến Thiết – mặc dầu ông đã nhiều lần khiêm tốn từ chối. Là một cựu đồng nghiệp, cùng sinh hoạt trong Hội Giáo chức Québec với Nguyễn Kiến Thiết trên 30 năm nay, nhằm bổ sung cho số báo chủ đề dẫn trên, chúng tôi muốn nói rõ hơn về những góc khuất trong cuộc đời, hành trạng cùng hoài bão của ông qua bài viết dưới đây.

Từ hơn ba thập niên nay, cái tên Nguyễn Kiến Thiết tái xuất hiện trên văn đàn hải ngoại (đôi khi ở trong nước). Ông góp mặt trên trường văn trận bút một cách âm thầm, lặng lẽ nhưng dẻo dai, bền bỉ. Bản chất hiền lành, nhân hậu, khiêm cung, không "môi mép" của người dân Lục tỉnh, lại thêm ngại giao du nên ít bạn bè, kể cả bạn Facebook. Điều cần ghi nhận là Nguyễn Kiến Thiết **làm thơ** rất sớm. Thơ ông gồm đủ mọi thể loại – nhiều nhứt là lục bát và thất ngôn (sính thơ Đường luật). Ông **viết văn**, cụ thể là hồi ức, truyện ký. Ông viết **biên khảo** văn học phần lớn thiên về miền Nam Lục Tỉnh – nơi ông đã từng "sống để viết". Ban đầu, ông chủ trương "tắm ao nhà" nên góp mặt thường xuyên trên *Thời Báo* Canada vào những dịp Xuân về, Tết đến cũng như là một trong những cây bút chủ lực trên *Đặc San Hội Giáo Chức Québec.* Ông cũng cộng tác không thường xuyên với báo *Quốc Gia, Đặc San Gia Long, Đặc San Nguyễn Đình Chiểu.* Về sau, thể theo sự khích lệ của bè bạn, ông bắt đầu "tắm ao bạn" ở Hoa Kỳ để cộng tác thường xuyên trên *Đồng Nai-Cửu Long*, *Tân Văn* (đã đình bản), *Sài Gòn Nhỏ, SaigonTimes*, và từ sáu năm nay trên hai tạp chí *Văn Học Mới* và *Ngôn Ngữ* . Những năm gần đây, ông là cây bút chủ lực của báo *Văn Học Mới* – một tạp chí rất "có tình" với ông.

Nguyễn Kiến Thiết **làm thơ** (ký **Trúc Lan**) từ năm 15-16 tuổi. Chẳng hạn các bài thơ: *Ba Tôi* (Trà Ôn, 1960), *Má Tôi* (Thuận Thới, 1960), *Mẹ Hiền Tôi* (Sài Gòn, 1962), *Nếu Như Còn Chiến Tranh* (Trà Ôn, 1968), v.v... Ông thường tâm sự: "*Tôi chỉ làm thơ* [cũng như viết văn, biên khảo văn học] *để giãi bày tâm sự nên chỉ dành cho mình và một ít bè bạn tâm giao đọc*". Phải đợi đến khi trường Sư Phạm Sài Gòn ra số *Đặc San Xuân Ất Tỵ* 1965, ông có **bài thơ đăng báo đầu tiên** tựa đề *Niềm Đau Đất Mẹ,* ký Trúc Lan (Trà Ôn, 1965). Đồng thời ông cũng có đăng **bài phóng sự đầu tiên** *Chúng Tôi Du Ngoạn Vũng Tàu* trên cùng số báo năm ấy. Tưởng cũng nên biết, bốn câu lục bát ông đã đưa vào Luận án Cao học Văn chương năm 1972, nơi trang mở đầu là: "*Nhớ xưa khói lửa tơi bời; Ba ôm con trốn dưới trời đạn bom*" (*Ba tôi*), và "*Làm dâu, gánh nợ con chồng; Tay vo cơm trắng, tay bồng trẻ thơ*" (*Má Tôi*). Còn hai câu thơ trong bài *Niềm Đau Đất Mẹ* (1965) là: "*Một ngàn năm bị nô lệ giặc Tàu; Một trăm năm bị đô hộ giặc Tây",* có người hỏi sao giống ý trong lời ca bài *Gia Tài Của Mẹ* của Trịnh Công Sơn do ca sĩ Khánh Ly hát, ông thật thà đáp: " *Hai câu thơ ấy do chính tôi sáng tác trong hoàn cảnh chiến tranh nghiệt ngã. Tôi hoàn toàn không biết đến bài Gia Tài Của Mẹ của Trịnh Công Sơn*". Như vậy, không biết Trịnh Công Sơn có chịu ảnh hưởng hai câu thơ ấy hay không khi sáng tác bản *Gia Tài Của Mẹ*? Bởi lẽ Trịnh Công Sơn từng theo học trường Sư Phạm Quy Nhơn nên chắc có đọc *Đặc San Xuân* 1965 của trường Sư Phạm Sài Gòn.

Ngoài làm thơ, viết văn, Nguyễn Kiến Thiết còn tập tễnh **làm báo**. Là nhà báo không chuyên, nhà báo "nghiệp dư", ông từng là Chủ bút *Tập San Văn Học,* Đại Học Văn Khoa Sài Gòn (1967-1974), Tổng Thơ ký Tòa soạn tạp chí *Nghiên Cứu Văn Học* (1971-1972), Chủ nhiệm kiêm Chủ bút là LM Thanh Lãng. Ông đăng **bài biên khảo văn học đầu tiên** tựa đề "*Tình yêu quê hương của các vua quan đời Trần*" năm 1967 trên *Tập San Văn Học.* Từ đó, ông chuyên tâm vào biên khảo văn học giống như nhà sưu khảo Nhất Tâm Nguyễn Bá Thế. Ông đăng nhiều loạt bài lần lượt trên *Tập San Văn Học*, rồi *Nghiên Cứu Văn Học*. **Tác phẩm đầu tay về biên khảo văn học** của Nguyễn Kiến

Thiết năm 26 tuổi có tựa đề: "*Tánh Cách Đặc Thù Của Ca Dao Miền Nam*" (1972). Đây cũng là Luận án Cao học Văn chương Việt Nam của ông do GS Thanh Lãng bảo trợ, được Hội đồng Giám khảo chấm hạng **Ưu**. Ông là người **đầu tiên** và **cuối cùng** làm luận án về Ca dao miền Nam tại ĐHVKSG trước năm 1975. Đây là tác phẩm mà nhà phê bình văn học Nguyễn Vy Khanh và bào đệ của ông là nhà văn-nhà báo Nguyễn Trọng Dũng từng khuyến khích ông nên tái bản. Ông cũng là nghiên cứu sinh ban Tiến sĩ Văn chương Việt Nam năm thứ I, nhưng phải dở dang vì vận nước...

Nhiều người gọi Nguyễn Kiến Thiết là nhà thơ, nhà văn, nhà báo hay nhà biên khảo mà quên ông đã từng là **nhà giáo** là một thiếu sót lớn. Ông từng là "hương sư", năm lên 10 tuổi tại trường làng Thuận Thới – nơi cha ông ngồi dạy học. Với trình độ bậc Tiểu học, ông làm "trợ giáo" cho thầy mình trong việc dạy các em nhỏ lớp Vỡ lòng. Từ khi một thân một mình lên Sài Gòn theo đuổi việc học, để có đủ chi phí ăn-học, ông nhận dạy Toán bậc Trung học tại tư gia (Gia sư) cho con em những nhà khá giả tại thủ đô hoa lệ nầy. Cũng tại Sài Gòn, ông còn nhận dạy môn Toán cho các lớp Luyện thi Đệ Thất. Năm 17 tuổi, lúc mới lên Sài Gòn, ông cũng hợp tác với một vị Hiệu trưởng Tiểu học ở Gia Định – ông Vương Cát Hanh - trong việc **soạn sách Giáo khoa** bậc Tiểu học. Đây là bước khởi đầu công việc **Biên khảo** của ông. Thấm nhuần câu ca dao "*Dưa leo chấm cá thòi lòi; Con em nhà nòi, mới học Nọt-man* [École Normale: trường Sư phạm]", ông theo học và tốt nghiệp Sư Phạm Sài Gòn (1965-1967). Ông cũng tốt nghiệp Cử nhân Văn chương (1969), Cao học Văn chương Việt Nam (1972) và Tiến sĩ Văn chương Việt Nam năm I (1974-1975) tại ĐHVKSG, như chúng ta đều biết. Nguyễn Kiến Thiết là **nhà giáo chuyên nghiệp,** dạy học đủ các cấp lớp: từ Vỡ lòng, rồi Tiểu học, Trung học đến Đại học, công lập và tư thục. Về Nghề thầy, người ta có thể gọi ông bằng đủ loại danh xưng như: hương sư, gia sư, giáo viên, giáo sư, giảng sư, v.v... Ông từng tòng sự tại Sở Học chánh Bình Dương, phụ trách TP Sinh Hoạt Học Đường. Ông cũng là Giáo sư một số trường Tư thục tại Sài Gòn (Trước năm 1975, thầy cô giảng dạy các lớp Trung học Đệ Nhứt và Đệ Nhị cấp đều được gọi là Giáo sư. Ngay cả trong tiểu thuyết Hồ Biểu Chánh, thầy dạy lớp Nhì, lớp Nhứt bậc Tiểu học cũng được gọi là Giáo sư). Nhiệm sở cuối cùng của Nguyễn Kiến Thiết là **Khoa Văn và Sư Phạm Đại học Cần Thơ** từ năm 1974. Ông cũng là Giáo sư Thỉnh giảng (Giảng sư) của Viện Đại học Hòa Hảo (An Giang) từ niên khóa 1974-1975. Tại Đại học Cần Thơ, Giáo sư Nguyễn Kiến Thiết giảng dạy các chuyên đề ông vô cùng tâm đắc. Đó là: *Ca dao miền Nam* và *Thơ văn Nguyễn Đình Chiểu.* Để kết hợp *Tri hành hợp nhứt* cho việc dạy và học Ca dao miền Nam (Nam Kỳ Lục Tỉnh) tại Đại học Cần Thơ, ông đảm trách Phó ban chỉ đạo "Công Trình Văn Hóa Dân Gian Vùng Đồng Bằng Sông Cửu Long" và đưa nhiều đợt sinh viên Khoa Ngữ Văn đi "điền dã" sưu tầm văn học dân gian ở các tỉnh miền Tây sông nước – nơi ông đã "sống" từ thuở nằm nôi, tắm gội trong sông nước ngọt ngào dưới mưa chiều nắng sớm. Khi giảng dạy về Thơ văn Nguyễn Đình Chiểu, Nguyễn Kiến Thiết tập trung khai thác nội dung "Chở đạo" và "Đâm gian" qua hai câu thơ của thầy đồ mù yêu nước: "*Chở bao nhiêu đạo, thuyền không khẳm; Đâm mấy thằng gian, bút chẳng tà*". Ông đã có sáng kiến tổ chức các buổi **Hội thảo Khoa học về Nguyễn Đình Chiểu** nhằm khuyến khích sinh viên thi đua viết tham luận. Nhiều bài tham luận có chất lượng được tuyển đọc trong buổi Hội thảo, được cộng vào điểm thi cuối năm. Nhiều sinh viên đã sáng tác thơ, văn và vọng cổ về *Lục Vân Tiên,* về thơ văn yêu nước Nguyễn Đình Chiểu. Có nhóm sinh viên đã biểu diễn khá thành công trích đoạn cải lương *Kiều Nguyệt Nga* giúp buổi Hội thảo thêm phần sinh động. Tại Đại học Hòa Hảo, ông giảng dạy về Văn học chữ Quốc ngữ..., đã đánh giá tầm quan trọng, khẳng định vai trò tiền phong của văn học chữ quốc ngữ: tất cả mọi lãnh vực đều khởi phát tại miền Nam Lục tỉnh.

Trong thời gian giảng dạy tại Đại học Cần Thơ, Giáo sư Nguyễn Kiến Thiết đã góp phần đào tạo hàng ngàn sinh viên ban Cử nhân trong đó nhiều người đã thành danh về văn hoá - giáo dục. Sau khi ra hải ngoại, "tiếng thầy bay xa" khi nghe "danh rạng" của các cựu môn sinh. Chẳng hạn PGS TS Phạm Tiết Khánh (Hiệu Trưởng Đại học Trà Vinh), PGS TS Phạm Minh

Giản (Phó Hiệu Trưởng ĐH Đồng Tháp), các PGS TS: Nguyễn Văn Nở (nguyên Trưởng Khoa Sư Phạm ĐH Cần Thơ), Nguyễn Thị Hồng Nam, Trần Văn Minh và nhiều Thạc Sĩ. Sẽ thiếu sót nếu không nhắc tới Sơn Phước Hoan, cựu Thứ Trưởng, Phó Chủ Nhiệm Uỷ ban Dân tộc Quốc Hội Việt Nam.

Như kiếp tằm vẫn cứ nhả tơ, từ lúc ở trại tỵ nạn Pulau Bidong, ông vẫn âm thầm làm thơ (*Tiếng Ai Trong Lòng Ta*), viết văn (*Một Cái Tết Ở Trại Tỵ Nạn Pulau Bidong*). Tới khi định cư trên đảo Mộng-Lệ-An (Montréal), ông vẫn lầm lũi theo đuổi nghiệp văn. Ông gia nhập Gia Đình Cựu Giáo Chức Việt Nam Tại Québec – tiền thân của Hội Giáo Chức Québec và giữ vai trò cố vấn của Hội từ hơn 30 năm nay. Ông cũng là cây bút chủ lực của *Đặc San Hội Giáo Chức.* Năm 2017, ông thuyết trình về *Thú Chơi Câu Đối* tại Đại hội Giáo Chức Québec. Cũng năm ấy, ông đảm trách Trưởng ban Giám khảo **Cuộc Thi Câu Đối** do Hội phát động (chính ông ra Câu đối). Ông cũng có buổi nói chuyện về *Ca Dao Miền Nam* tại Trung Tâm Văn Hóa Giáo Dục Hồng Đức (Montréal) năm 2001. Chưa hết, Nguyễn Kiến Thiết còn giảng dạy cho **Lớp Quê Hương Mến Yêu** (Montréal) hai chuyên đề mà ông tâm đắc: Ca dao miền Nam và Thơ văn Nguyễn Đình Chiểu, v.v...

Nhìn lại chặng đường 60 năm cầm bút của Nguyễn Kiến Thiết, nhiều nhà văn, nhà thơ, nhà biên khảo, phê bình văn học đã nhận định, đánh giá về ông. Xin tạm dẫn:

-**Hà Nguyên Du**: "*Vinh Danh 60 Năm Đóng Góp Cho Văn Học Việt Nam của Nhà giáo - Nhà biên khảo Nguyễn Kiến Thiết. Trong hành trình hơn sáu thập niên (1965 – 2025), nhà giáo, nhà văn, nhà biên khảo Nguyễn Kiến Thiết (bút hiệu Trúc Lan) đã dành trọn đời mình cho "nghiệp chữ, đạo thầy và tình văn" (...) Tôi có thể gọi đó là một đời "Sáu Thập Niên Giữ Lửa Văn Học Việt" một ánh đuốc không chỉ soi cho chính ông, mà còn soi cho bao thế hệ người viết và người đọc Việt Nam trong và ngoài nước. Với tư cách người làm báo và cũng là người sáng tác vài loại hình nghệ thuật, tôi xin nghiêng mình trước hành trình sáu mươi năm ấy của nhà biên khảo, nguyên là giáo sư Nguyễn Kiến Thiết (...)* ***Một đời Ông giữ chữ bằng ĐẠO, giữ***

***nghề bằng NGHĨA, và giữ học thuật bằng sự trong sáng của TÂM*".**

-Văn Học Mới: *"Số báo đặc biệt này* [**47**] *sẽ dành trọn không gian để tôn vinh những cống hiến quý giá, sự nghiệp khảo cứu, biên soạn đầy giá trị và những đóng góp bền bỉ của ông cho di sản học thuật nước nhà.* ***Ông là một tâm hồn miệt mài gieo mầm và vun đắp cho khu vườn văn học, người đã kiến tạo nên những công trình học thuật đáng kính***".

-**Nguyễn Văn Sâm:** *"Ta đọc cuốn sách mỏng của Nguyễn Kiến Thiết để cảm nhận một tâm hồn trong sáng, thuần hậu, biết nhớ ơn người, nhớ ơn đời, biết thưởng thức và ghi nhận các hoạt cảnh đồng quê Việt Nam, cũng như thích thú vì mình nhơn đó được biết thêm hay nhớ lại những câu ca dao, bài vè, một loại văn chương đặc biệt thuần Việt...".*

"Lâu nay số nào VHM cũng có bài của Nguyễn Kiến Thiết, bài nào cũng ***xuất sắc*** *nói lên những điểm mới hoặc là đính chánh - dầu là rất nhỏ - trong văn học sử Việt Nam.*

Xin có bài thơ vinh danh con người thầm lặng với văn học hơn cả chục năm sau khi vượt thoát khỏi móng vuốt của phe thắng trận (NVS).

Ngày xưa anh nổi tiếng khắp miền
Vì yêu văn chương bình dân, viết về đề tài ca dao Miền Nam
Tạp chí Nghiên Cứu Văn Học dưới tay anh điều khiển
Bút nghiên lòng, thương nhớ đất phương Nam.

-**Nguyễn Vy Khanh:** "*Trong Văn-Học Việt-Nam 50 Năm Hải-Ngoại* (Tổng quan; Toronto: Nguyễn Publishing, 2025*), chúng tôi đã xếp tác giả Nguyễn Kiến Thiết trong số những* **nhà biên khảo và bút ký văn học**. *Chúng tôi đã rất thích thú khi được đọc "những mảnh vụn văn học" bình dân và bác học, bổ sung kiến thức về những thể loại cũng như thực tại chúng tôi không biết đến hoặc chưa từng được kinh qua.*

"Chúng tôi đã đọc và nói chung hoan nghênh công sức biên luận của tác giả Nguyễn Kiến Thiết*. Với tư cách độc giả, tôi tin tuyển tập hữu ích và sẽ gây thích thú với một số đề tài cũng như tác giả, nhân vật được đề cập - trong số có đề tài vốn ít được quan* *tâm của độc giả và học giới. Chúc* ***nhà Việt học và Nam-kỳ học Nguyễn Kiến Thiết*** *vững tiến trên đường học thuật".*

-Hoàng Xuân Sơn:

"Nhớ xưa văn vẻ một miền
Bảng đen phấn trắng niềm vương vấn tràn
Gặp đời cũ. mùa. sang trang
Vẫn là tiết tháo của tràng nhân thân".

- Vũ Khắc Tế: *"Ông đề cao phẩm chất hào sảng, nhân hậu, trọng nghĩa tình của người miền sông nước. Theo ông, đó là kết tinh của nền văn minh nông nghiệp phù sa, nơi con người sống hòa với thiên nhiên, giàu đức tin và hướng thiện giữa biến động. Trong tư tưởng ông, văn chương không là đích danh vọng mà là* ***đạo sống****, là cách trả ơn quê hương bằng chữ nghĩa. (...)* ***Văn của ông đậm đặc giọng Nam Bộ, tự nhiên mà tinh tế, dân dã mà sâu lắng, gợi nhớ đến phong vị của Sơn Nam, Bình Nguyên Lộc, Vương Hồng Sển, nhưng vẫn mang nét riêng biệt: trầm tĩnh, thủy chung và đậm chất học giả.***

Nếu Sơn Nam được xem là "ông già Nam Bộ", thì Nguyễn Kiến Thiết là người giữ ngọn lửa tri thức miền sông nước – âm thầm, bền bỉ, khiêm nhường mà rực rỡ. ***Xin cúi đầu trước một đời chữ nghĩa khiêm cung mà rực rỡ.***

Ngọn đèn học thuật mà ông thắp lên vẫn soi sáng – cho người đọc hôm nay và cho cả những thế hệ mai sau".

-Lê Quốc: *"Bài viết của anh rất " académique", xứng đáng với tên tuổi cũng như khoa bảng của anh (...). Anh viết mạnh lắm. Bút lực mạnh, văn phong rạt rào, ý tưởng phong phú. Cụ Vương nhà chơi đồ cổ cũng nhà văn "đồ cổ" nổi tiếng mà chỉ viết được "Thú đọc sách" và "Thú chơi sách". Riêng anh thì "Thú đọc sách",* ***anh viết cũng không thua gì cụ Vương****, nhưng khác một chút là* ***văn phong anh "thời đại" hơn, bao quát hơn, dàn trải trên nhiều lãnh vực hơn****".*

-Luân Hoán: *"Thật vui nhận được quà cuối một năm đầy chất lượng văn chương (...) Tuy chưa đọc kỹ bài nào, nhưng đọc tên sách và một số tên bài, tôi nghĩ đây là những bài hồi ức giàu kỷ niệm của tác giả, cộng thêm những tạp ghi, những nhận định riêng của tác giả về một ít bạn văn của ông. Tôi gặp một số danh xưng* *quen biết như nhiếp ảnh gia Lê Quang Xuân, nhà văn Song Thao, nhà thơ Hoàng Xuân Sơn, nhà phê bình Nguyễn Vy Khanh, nhà văn Nguyễn Văm Sâm... được nhắc tới, **điều này nói lên được thân quí ấm tình bạn văn của tác giả**".*

- **Song Thao**: "*Những Trang Văn Đời Tôi là tập hợp nhiều bài viết của anh Nguyễn Kiến Thiết về rất nhiều đề tài, từ tự sự đến nghiên cứu. Đặc biệt hầu như hầu hết bài viết đều nhắm vào miền Nam. Từ những sinh hoạt của người dân miền Nam như ngày tết, cải lương, vọng cổ đến những danh tài của đất mới này như thi sĩ Đông Hồ, nhà văn Sơn Nam (...) **Nếu độc giả muốn biết về nếp sinh hoạt của người miền Nam ắt sẽ tìm được nhiều điều mới lạ trong cuốn sách này**. Một trong những điều mới lạ là món thịt chó*".

- **Võ Kỳ Điền**: "*Tôi vừa nhận được sách quí sáng nay. **Mê quá**, sẽ đọc thật kỹ những câu chuyện anh Kiến Thiết gởi gấm trên những trang sách. **Rất thích** bài tựa của Nguyễn Văn Sâm. **Vui lắm** khi biết được những công trình mà anh Kiến Thiết đảm nhận. Cám ơn nhiều và chúc thành đạt*".

- **Đỗ Nghi:** "*Văn là người*"*, thành ngữ được coi là một thứ cliché, vẫn có thể được áp dụng ở đây.*

***Anh viết quá kỹ. Kể chuyện mà như biên khảo**. Anh viết quá hiền lành, kể cả những chỗ cần phải nổi nóng. Văn chương thể hiện tâm tính, chắc chắn anh phải là một người rất điềm đạm và đầy cân nhắc*".

-**Trần Mộng Lâm:** *Trước hết là cảm tưởng của tôi về con đường học vấn mà anh đã đi. Sao mà nó khó khăn và gai góc như vậy, không khác gì con đường "sạn đạo" đi vào Ba Thục thời Tam Quốc bên Tầu. **Văn phong của anh, dù anh không nhận, cũng mài mại văn phong ông Vương Hồng Sến**, hay nói đúng hơn, **anh ở giữa ông học giả họ Vương và ông vua phiếm Song Thao**. Đó là cảm tưởng của người đọc, không phải để xếp loại (cataloguer) anh đâu.*

Đọc xong, đóng cuốn sách lại, tôi suy nghĩ vẩn vơ: Con người này không thể có kẻ thù.

***Anh hiền quá, anh nhân hậu quá**, như phần lớn các bạn tôi, người của sông Tiền, sông Hậu...*".

- **Trần Hữu Quyền**: "*Đọc Nguyễn Kiến Thiết ta thích không chỉ những gì anh kể lại, mà thấy thú vị với cả* ***câu văn, cách nói rặt Nam Bộ*** *của anh. Anh góp nhặt, chắt chiu từng câu chữ dân gian bình dị mà lại có khả năng đánh thức cái tình tự quê hương đang ẩn náu đâu đó trong ta (...) Nhưng* ***đọc NKT ta thấy một mảng đời ta trong đó***".

-**Nguyễn Trung Hiếu**: "*Cảm ơn những tình cảm bạn đã dành cho tôi và những tâm tư đã cùng nhau thảo luận. Bạn đã thật sự cho tôi giây phút được sống lại với những hình ảnh, những tình cảm, những say mê trong suốt cả một thời gian dài mà nay chỉ còn có trong ký ức và hoài niệm.* ***Bài viết của bạn đã làm sống lại trong tôi những thước phim dĩ vãng đã qua trong đời mà chúng ta đã cùng nhau trân quí...".***

-**Huỳnh Công Ân:** "*Những hồi ức của anh Nguyễn Kiến Thiết cho thấy hoạt cảnh sinh động của miền Tây sông nước bằng* ***lối hành văn rặt chất Nam Bộ*** *khiến tôi rất ngưỡng mộ*".

-**Trương Thị Khoa Nghi**: "*Tôi thấy nhà giáo Kiến Thiết này tuổi trẻ thật thông minh, hiếu học, cần cù và có chí tiến thủ. Thật là đáng quý. Đọc những đoản văn mượt mà, thấm đẫm tình quê, tôi thấy quê hương mình sao giàu đẹp và đáng yêu quá! Xuyên suốt tác phẩm tôi thấy biểu hiện rõ nét* ***Tính cách hiền hòa, khiêm tốn, tôn sư, trọng bạn và biết ơn mọi người của nhà giáo Kiến Thiết, một đức tính mà đức Đạt Lai Lạt Ma cho là đáng quý nhất của con người***".

- **Vương Thị Mai**: "*Vợ chồng chúng ta đã chung sống suốt* **53** *năm qua, đã trải qua bao nhiêu vui - buồn, sướng - khổ, nhưng* ***vợ chồng mình vẫn thương yêu bền chặt như thuở ban đầu.*** *Tháng Tư năm ấy "sóng gió" có nổi lên nhưng không thể nhấn chìm con thuyền tình vững tay lèo lái. Rồi bão táp trên biển cả cũng không vùi dập con tàu vượt biển tìm tự do nơi vùng đất hứa. Em cám ơn Trời Phật đã đưa đẩy gia đình ta đến vùng "đất phước" cũng như ban cho em* ***một người chồng mẫu mực, yêu vợ thương con vô bờ bến***".

-**Nguyễn Trọng Dũng**: "*Mẹ Hiền Tôi" là bài thơ chất chứa cả một kho lưu trữ về tình mẹ (...) Năm anh tôi 10 tuổi bắt đầu đi học lớp Vỡ lòng đến hết lớp Ba trong vòng 1 năm rưỡi tại gia do cha* *là thầy Nguyễn Văn Ái (tức soạn giả Việt Ái) dạy; rồi mấy năm sau anh "**nhảy lớp**" để chánh thức theo học lớp Nhì, lớp Nhứt tại một trường làng lân cận - tức trường Tiểu học Hiếu Ân (Vũng Liêm), **vốn người có duyên với thi cử, thi đâu đậu đó**".*

-Nguyễn Văn Nở: "***Thầy vẫn đau đáu trong lòng một nỗi nhớ mênh mang, một niềm yêu tha thiết về cảnh vật, con người của miền quê sông nước****. Những nhận định và góp ý của Thầy thật chi tiết, cụ thể và đều "nói có sách, mách có chứng", trên cơ sở tra cứu nhiều tài liệu đáng tin cậy".*

-Phạm Thị Thanh Lan: *"Cậu Ba là người thắp đèn. Giữa dòng chảy im lặng của văn học Việt Nam hiện đại, Cậu chọn con đường âm thầm gìn giữ những gì đang mất dần, để mai này người sau còn biết mình đã đến từ đâu. Sự hiếu học của Cậu – từ thuở còn cặm cụi bên chiếc đèn dầu, đến khi trở thành một học giả được giới nghiên cứu kính trọng – luôn là tấm gương sáng đối với tôi. Nhờ Cậu, tôi hiểu rằng* ***tri thức có thể mở đường; chữ nghĩa có thể cứu người; và lòng yêu văn hóa quê hương có thể trở thành một sứ mệnh trọn đời****".*

Tóm, nhà hiền triết Hy Lạp có nói: "*Có hai thứ bạn phải cho đi. Đó là TRI THỨC và LÒNG TỐT*" *. Thiết nghĩ trong hành trình 60 năm cầm bút, Nguyễn Kiến Thiết đã sẵn sàng dâng hiến cho đời hai thứ quý giá đó. Chúng tôi rất đồng ý với nhà phê bình Nguyễn Vy Khanh khi xếp Nguyễn Kiến Thiết trong số những "nhà biên khảo và bút ký văn học" cũng như gọi ông là "nhà Việt học và Nam Kỳ học".

Chánh Tâm – XII.2025

*Socrates (470 – 399 TCN) là một triết gia người Hy Lạp cổ đại (người Athens), ông được coi là một trong những người đã sáng tạo ra nền triết học phương Tây. Là nhà triết gia đạo đức đầu tiên của nền tư tưởng đạo đức phương Tây, ông được xem là người đại diện tiêu biểu của trường phái triết học duy tâm. Socrates để lại hậu thế câu nói nổi tiếng như đã dẫn trên.

LẠP CHÚC NGUYỄN HUY

RỪNG MẮM CÀ MA U

** Để kỷ niệm 60 năm cầm bút của văn hữu Nguyễn Kiến Thiết*

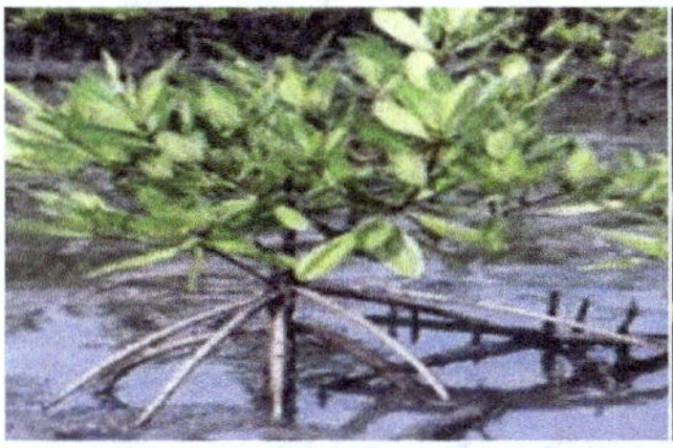
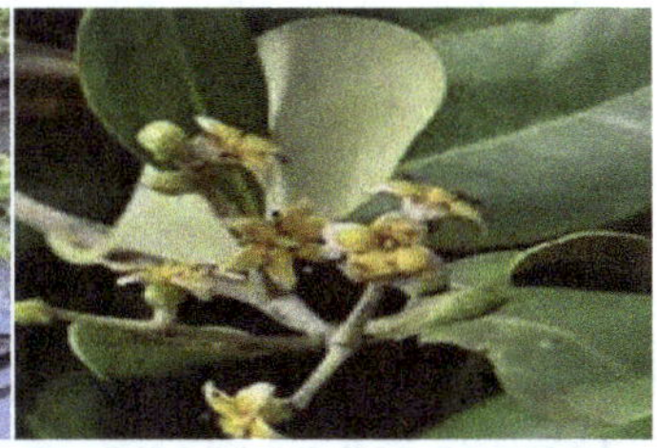

Đất nước tôi từ ải Nam Quan đến mũi Cà Mau. Ngày nhỏ mẹ ru tôi ngủ:

Con cò bay lả bay la,
Bay qua Đồng Phố bay về Đồng Đăng,
Đồng Đăng có phố Kỳ Lừa,
Có nàng Tô Thị, có chùa Tam Thanh

… chìm trong giấc ngủ thơ ngây mà nào có biết mẹ tôi nói đến ải Nam Quan có phố Kỳ Lừa, có nàng Tô Thị. Lúc khôn lớn, thầy giáo mới dạy ải Nam Quan là cửa ải Hoa Việt ở tỉnh Lạng Sơn, có Nguyễn Trãi từ biệt cha về giúp Lê Lợi phục quốc, có Thoát Hoan, Tôn Sĩ Nghị không còn manh giáp chạy trốn về Tầu, còn Cà Mau thì thầy tôi chỉ nói đến nào là rừng Sác âm u, muỗi độc kêu như sáo thổi, cọp um bên vách lá …

Mảnh đất Cà Mau chỉ mới sát nhập vào Việt Nam hồi thế kỷ 17. Cà Mau là địa bàn của Nguyễn Ánh mưu phục lại cơ đồ. Đã bao lần đại bại phải bỏ lại vợ con, binh sĩ chạy trốn qua đảo Phú Quốc, Poulo Panjang, lưu lạc bên Thái Lan. Nguyễn Ánh với một ý chí sắt đá trở lại Cà Mau, tập họp binh sĩ, đánh chiếm Gia Định rồi thống nhất đất nước năm 1802. Trang sử Gia Long phục quốc hiện nay còn ghi lại vết tích tại Cà Mau. Bạn nào quê quán nới đây chắc còn nhớ xã Khánh An ở vùng Cái Tàu có nền Công Chúa trên một gò đất cao, đó là mộ xưa của một công chúa tử nạn trong thời kỳ Nguyễn Ánh phục quốc. Còn ở xã Tân Hưng trong vùng Cái Rắn còn giữ lại một gò đất cao, di tích ‟Đồn

Dừng Binh" của binh sĩ Gia Long. Cách gò này chừng 100M và cách rạch Cái Rắn 30M có một "Ao Ngự" tròn rộng chừng 10M của binh sĩ đào lấy nước ngọt cho vua dùng. Ao Ngự có nước ngọt cho dân chúng của xóm Cái Rắn, Rạch Muỗi, Ông Trị dùng quanh năm. Do đó xã Cái Rắn còn gọi là xã Long Ẩn đổ ra sông Ông Đốc dùng làm đường cho Nguyễn Ánh chạy sang đảo Poulo Panjang mỗi lần bại trận.

Nhớ về Cà Mau, một miền thôn dã xa xôi, bát ngát trong rừng sá âm u, sông rạch chằng chịt như mạng nhện, thú rừng thì nhiều, nước thì đen nên người Miên gọi là vùng Tuk Khmau nghĩa là nước đen nên ta phiên âm thành Cà Mau. Cà Mau còn là vùng đất thấp sình lầy, hàng ngày thủy triều đẩy nước biển trộn phù sa sông Cửu vào bồi đắp, tràn ngập cả một vùng rừng sác bao la tại vùng Cán Gáo, Cái Tàu, Trèm Trẹm, Tân Bằng … Nước lớn tràn vào khu 12 rừng cấm do Pháp phân ranh xưa kia, nước ròng kéo ra biển nào là lá khô, củi mục, nhựa tràm, cá tôm đủ thứ khiến cho nước điểm màu trà đậm mà thôn dân gọi là nước dớn. Chảy dưới lá rừng U Minh, nước dớn đổ sang màu đen, làm tăng thêm bức tranh tối sáng của U Minh, làm rợn da gà những ai lạc bước nơi đây. Vì vậy mới có địa danh U Minh để chỉ tranh tối, tranh sáng nơi rừng Cà Mau.

Từ trên máy bay nhìn xuống, tất cả sinh vật như chìm đắm dưới màu xanh, xanh của rừng tràm U Minh, rừng đước Tân Bằng, rừng mấm dưới chân giồng, xanh của biển nước đến tận chân trời. Lạc bước vào tấm thảm xanh đó, mới thấy được sức sống của người nông dân tiều phu đang ra công chế ngự khu rừng sác lớn nhất Việt Nam và cả Đông Nam Á nữa. Xưa kia rừng sác mọc gần tỉnh lỵ Cần Thơ, Long Xuyên, Bạc Liêu. Chỉ mới các đây hơn 100 năm, từ Long Xuyên đi Rạch Giá phải len lỏi trong sông rạch, giữa tàn cây âm u, khó khăn và cực nhọc đến nỗi bác nông dân phải than rằng:

Đường đi Rạch Giá thị quá sơn trường,
Gió lay bông sậy dạ buồn nhớ ai.

Ngày xưa, dọc theo dãy Trường Sơn, có những sơn trường để binh sĩ đóng chặn đường người Thượng xuống cướp phá đồng bằng. Đường lên sơn trường dốc núi cheo leo lại sống giữa cảnh núi rừng hoang vu thì hỏi buồn nào bằng cảnh "*Ba năm trấn thủ lưu đồn*" *chiều chiều vượn hót chim kêu mỏi*" mà nhớ đến cái "*Chĩnh chọe*" ở nhà, tơ tưởng đến cành đa, lá đa đầu làng thì hỏi có đứt ruột được không? Ấy vậy mà đường đi Rạch Giá còn buồn đứt ruột hơn là đường đi sơn trường, ngồi nhìn gió lay bông sậy còn "*trường tương tư*" **hơn là cảnh chim kêu vượn hót. Các cô gái khuê các nào như cành liễu rủ, như bông đào trước gió, như cành lan để chàng thư sinh** "*thương em mong manh như một cành lan*". Còn đối với bác nông dân nơi đây, phải là bông sậy lung linh với gió chiều, bông sậy ngậm hạt sương mai óng ánh trong bình minh mới gợi nhớ, gợi thương.

Rồi từ thế kỷ 18, nông dân Việt tràn xuống Hậu Giang, phá rừng tràm lập xóm làng, rẫy ruộng. Trước khi dẫn các bạn vào thăm rừng sác bắt con muỗi lớn bằng con gà mái mà nhậu chơi, tôi xin tả cảnh rừng Cà Mau trước đã. Hiện nay rừng Cà Mau rộng chừng 300 000 ha, có khoảng 80 sắc mộc chính mọc trên các loại đất cháy (hay đất hữu cơ), đất phèn, đất mặn. Các đất này được cấu tạo từ phù sa của biển, của sông trộn lẫn với các chất hữu cơ (cây, cỏ).

Rừng sác mọc lên như thế nào? Ở Cà Mau, rừng sác thường được phân biệt ra rừng mắm, rừng đước, rừng tràm, nếu đi từ chỗ bờ biển vào sâu trong đất liền:

Mắm trước, Đước sau, Tràm theo sát,
Sau hàng dừa nước mái nhà ai,
Lá chằm tỏa khói chiều biên tái.

Hàng ngày, thủy triều đẩy phù sa tạt vào bờ tràn sâu vào sông rạch, rồi thủy triều rút ra để lộ gần bên bờ biển, lớp bùn non cho cây mắm (Avicenia Officinalis) mọc lên hàng hàng, lớp lớp. Cây mắm có khả năng là rễ bám chặt được trong lớp bùn non ngập nước mặn. Nhờ vậy mắm tiến ra biển, mắm kết chặt bùn non lại cho cứng cáp, mắm đẩy đất bùn thoát dần khỏi mực nước thủy triều cao. Công việc của mắm là vậy, là làm cho đất cao và cứng lại để rồi nhường cái đất đã tốt này lại cho cây đước (Rhizophora Conjugata) đang lù lù đứng đàng sau để mọc lan dần trên rừng mắm. Chỉ chừng 20 năm sau, nếu ta trở lại thăm giang sơn cũ của mắm, chỉ thấy đước là đước, đước mọc thành rừng và lác đác đây đó còn vài cây mắm lẻ loi, dấu vết của rừng mắm xưa. Cây đước tiếp tục nhiệm vụ làm cho đất phèn đất mặn nơi đây được cứng cáp, nhô cao lên và đẩy xa ảnh hưởng của nước mặn ra vùng bờ biển của rừng mắm. Sau khi đã làm xong công tác này, đất đã cứng, bớt mặn, bớt phèn, thì cây tràm (Melaleuca Leucadendron) ở đàng sau rừng đước tràn tới. Nếu sống nơi đây, chúng ta sẽ chứng kiến cảnh người đến phá rừng tràm lập xóm làng, tràm xâm lấn rừng đước, đước chiếm đất của rừng mắm, mắm đẩy bờ biển lui xa dần. Và cứ như vậy, từ bao ngàn năm trước, bán đảo Cà Mau mở rộng dần lên biển cả.

Về mặt thực dụng, cây mắm thật là vô duyên nhất trong rừng sát. Cây thì mọc trên bùn lầy nước mặn, thân cành thì cong queo chẳng dùng cất chòi nhà gì được, củi đốt thì ôi thôi khói mù mịt làm cho mắt cô gái Cà Mau toét nhèm như mắt gái làng Lim bị toét mắt bởi tại hướng đình.

Nhưng rồi một buổi chiều nào đó, bạn gác mái chèo bên dòng sông Ông Đốc, cắm ghe trong rừng mắm chờ nước lên ra khơi với tiếng kêu của chim bìm bịp.

Bìm bịp kêu nước lớn em ơi,
Tảo tần chi lắm cái nồi cũng ra ơ.

Lúc đó bạn hãy ngắm nhìn cây mắm "vô duyên" xấu xí đang lặn ngụp trong bãi bùn non, lặng lẽ vun xới, mở rộng đất đai cho Cà Mau. Rồi dăm ba câu vọng cổ từ xóm nhà đâu đấy chư cuộn lấy lá mắm, lấy cả rừng mắm đang âm thầm làm việc lót đường cho cây đước mọc cũng như bác nông dân đang phá rừng hoang dại cho ngày nào đó xóm làng, thành phố mọc lên. Nhớ đến mắm, mắm chấn bùn non sóng dữ cho đất bằng thôi nổi sóng, cho cây đước ngạo nghễ trên chùm rễ cà khêu mọc lênNhớ đến mắm mà lòng hổ thẹn vì lòng nhủ lòng chỉ muốn làm thân cây đước. Nhớ đến mắm mà lòng chân thành biết ơn ai kia làm thân cây mắm trên bước đường phục hồi tự do dân chủ cho Việt Nam.

LẠP CHÚC NGUYỄN HUY
Montreal 16 oct. 2025

SAO KHUÊ
CHỨNG NGỘ

"LTS: Nhà văn Sao Khuê đã gởi bài nầy cho Tòa soạn ngày 14/10/2025 để kỷ niệm 60 năm cầm bút của văn hữu Nguyễn Kiến Thiết".

"Trẻ vui nhà già vui chùa", nhưng Sao Khuê chưa kịp vui chùa thì bị "cô vít" vít lại ở nhà thế rồi... Ngộ thật, tình cờ Sao Khuê gặp một nhóm các anh chị thích học hỏi, nghiên cứu, thực hành về thiền và Pháp Phật theo Phật giáo nguyên thủy.

Đúng là 'hữu duyên thiên lý năng tương ngộ và vô duyên đối diện thấy thương liền". Cùng hội đồng thuyền, chúng tôi có duyên tao ngộ, hạnh ngộ, hội ngộ, tái ngộ trên diễn đàn, kể ra thì cũng ngồ ngộ!

Đa số chúng tôi lại chung một cảnh ngộ là tuy không có Job nhưng vẫn được phát lương, thế mới thật là ngộ nghĩnh. Xin quý vị đừng ngộ nhận là chúng tôi được ăn trợ cấp an sinh xã hội nhé. Sợ dĩ chúng tôi được nhà nước đãi ngộ là vì chúng tôi, phần lớn đã quá cái tuổi thất thập cổ lai hi, nên được hưởng tiền già và ngộ nhỡ tiền già không đủ tiêu thì cũng có tiền hưu hay là tiền của con cháu đút túi cho. Tuy vậy lũ trẻ sau này ngộ lắm. Chúng cứ nghĩ khi về già rồi thì đâu cần tiêu pha gì nhiều nên cái mục đút túi này thì chúng quên y như chúng mình ngày xưa, quên bổn phận đối với cha mẹ.

"Ngộ biến phải tòng quyền" nên chúng tôi phải giảm chuyện ăn chơi du lịch. Chúng tôi ở nhà hú hí « long distance » với nhau qua máy tính, cell phone hay Ipad.

. Sao Khuê vẫn gọi mấy cái Ipad xinh xinh là người Tình. Các em Ipad được Sao Khuê viết tặng một bài thơ tự do như sau:

Mỗi tối trước khi ngủ, mỗi sáng khi vừa thức dậy, nằm trên giường, ta ôm ấp Em, người tình, khuôn mặt chữ điền, thật hiền.

Em nhỏ bé mà thông minh đáo để. Em lặng thinh mà kiến thức bao la. Em mang tin bạn từ xa, đến với ta...

Em còn biết trả lời điều người ta mong mỏi. Nhiều chuyện nay, chuyện xưa, chuyện nắng chuyện mưa, chuyện trưa chuyện tối; chính trị rối bời, thơ văn âm nhạc, tin tức nóng hổi; sao cái gì em cũng rành, cái gì em cũng biết...

Nên xuân sang hoa nở, nắng hè rực rỡ, đông qua tuyết đổ, tình thu bồi hồi, bốn mùa em vẫn cùng ta chia sẻ, khiến ta không nỡ rời em, Ipad

Sao Khuê có nhiều "người tình" được truyền tay từ con, cháu nên đôi khi các em cũng hay dở chứng, nhiều khi cứ ỳ ra không chịu làm việc. Sao Khuê cũng mong các em mau tỉnh ngộ, biết điều để đền ơn tri ngộ vì thực ra các em đâu còn dĩnh ngộ như lúc mới ra lò?

Nãy giờ chắc quý vị tẩu hỏa nhập ma vì cứ nghe tới nghe lui cái chữ "ngộ".

Quý vị à, theo quý vị thì NGỘ là danh từ, tĩnh từ hay động từ?

Chữ Ngộ quả thật rất ngộ.Tùy theo cách dùng mà ngộ có khi là tính từ (attributes), tĩnh từ, kết từ, động từ.

Những chữ ngộ trong tái ngộ, tương ngộ, ngộ biến phải tòng quyền... là những động từ tức là những từ ngữ có khả năng... động đậy như: "đôi ta mới ngộ hôm nay, một đêm là ngãi, một ngày là duyên".

Ngộ nghĩnh, dĩnh ngộ là những tĩnh từ như: cái tên em nghe ngộ quá, em bé này ngộ ghê...

Văn phạm Việt bây giờ còn có thêm cái gọi là tính từ (=attribute), tính mang dấu sắc, chỉ đặc tính như người khôn, chó ngộ - chó ngộ, tiếng Quảng, có nghĩa là chó dại chó điên.

"Nhớ mang theo áo ấm ngộ trời trở lạnh" thì chữ ngộ được xếp vào kết từ (?) trong văn phạm.

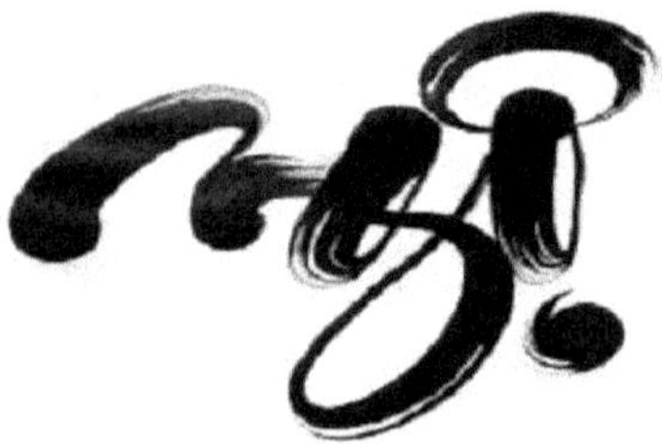

Ngộ nghĩa là gì ?

Từ điển Hán Việt thấy có 3 nghĩa chính của các chữ "ngộ":

- 悟 : có nghĩa hiểu ra, vỡ lẽ; mở tâm thức, không còn mê muội nữa. Như «hoảng nhiên đại ngộ», bỗng nhiên bừng mở tâm thức, bỗng nhiên «giác ngộ», «tỉnh ngộ».

- 遇 : có nghĩa gặp (nhau), như «hội ngộ», «tương ngộ», «tái ngộ», «ngộ nạn»;

có nghĩa đối đãi, như "đãi ngộ",

có nghĩa là dịp, cơ hội, như "giai ngộ", "cảnh ngộ".

- 誤 : có nghĩa là sai lầm, mê hoặc, làm hại, như «ngộ độc», «ngộ sát», «ngộ rượu»... có nghĩa vui vui như, đẹp dễ thương 'ngộ thật', «ngộ nghĩnh», «dĩnh ngộ».

Tránh cho quý vị bị "ngộ độc" bởi ngôn từ, Sao Khuê xin trở lại nhóm học Phật của chúng tôi kẻo lại mang danh ngộ sát mất.

*Theo bài viết của bác sĩ Trịnh Đình Hỷ trong blog "Chim Việt cành Nam" thì:

Giác ngộ hay chứng ngộ (Anh: awakening, enlightenment, Pháp: éveil, illumination), được dịch từ tiếng pali và sanskrit bodhi, phiên âm sang Hán-Việt là Bồ Đề, có nghĩa là hiểu biết hoàn toàn (bao hàm ý "giác=tỉnh dậy", "ngộ=hiểu", "chứng= tự mình kinh nghiệm").

Ngộ, gốc của chữ là √budh, có nghĩa là hiểu biết. Buddha (Phật, Bụt) là người đã **hiểu biết trọn vẹn sự thật về cuộc đời,** theo truyền thuyết đạt được giác ngộ sau 7 tuần thiền định dưới gốc cây Bồ Đề.

Thật ra, khi còn tại thế, Siddhāttha Gotama không bao giờ được gọi là Buddha, Phật. Ngài tự xưng mình là tathāgata (HV: Như Lai) nghĩa là " đã tới như vậy ", là "người đã tự giải thoát hoàn toàn khỏi những phiền não và lậu hoặc của cuộc đời" , và các đệ tử gọi ngài là Bhagavān (HV: Thế tôn). Một thời gian khá dài sau khi ngài tịch diệt, người ta mới gọi ngài là Buddha, đấng "giác ngộ hoàn toàn".

**Giác ngộ trong đạo Phật nguồn gốc (nguyên thủy)

Theo đạo Phật nguồn gốc hay cổ xưa, có 3 loại giác ngộ: giác ngộ của hàng Thanh văn (sāvaka-bodhi), của hàng Duyên giác (pacceka-bodhi), và của đức Phật Chánh đẳng Chánh giác (sammā-sambodhi).

Đối với đa số các nhà Phật học (10), **giác ngộ chính là sự hiểu biết trọn vẹn - không chỉ bằng trí thức, mà bằng kinh**

nghiệm - của các sự thật mà đức Phật đã chứng ngộ và giảng dạy, tức là 4 Thánh Đế, 3 Pháp Ấn (khổ, vô thường, vô ngã) và lý Duyên khởi.

Như vậy, có thể nói rằng trong đạo Phật cổ xưa, giác ngộ có tính chất tuần tự, đạt được dần dần, từng giai đoạn một, và cần đến một sự cố gắng luyện tập liên tục.

**Giác ngộ trong đạo Phật Đại Thừa (Mahayana)

Đối với đạo Phật nguồn gốc, dạy bởi đức Phật Thích Ca, mục đích là sự diệt khổ (nirodha) đưa tới Niết Bàn, chứ không phải là giác ngộ (bodhi) - chỉ là một phương tiện để đạt tới, tuy là cốt yếu.

Đối với Đại Thừa, giác ngộ mới là mục đích quan trọng nhất, mà mọi Phật tử đều mong đạt được, bằng các phương tiện gọi là phương tiện thiện xảo (upāya kausalya)…

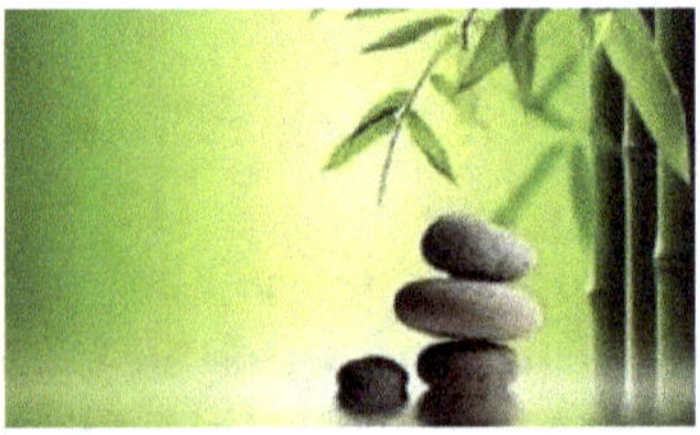

Không biết quý vị hiểu được bao nhiêu nhưng Sao Khuê thì vẫn "mơ huyền" nên lại phải tầm sư học thêm:

*Đạo hữu KP cho biết:

** Giác Ngộ trong Đạo Phật Nguyên Thủy thì Sư U Silananda giảng như sau: Dựa theo lời dạy của Đức Phật, Giác Ngộ là sự chứng đắc được Tứ Diệu Đế và sự diệt tận được tất cả ô nhiễm trong tâm.

Chứng đắc được Tứ Diệu Đế có nghĩa là **phải chứng thực qua chính kinh nghiệm** bản thân và trong giây phút này, trong tâm thức người hành giả sẽ sanh khởi tâm thánh đạo (Magga citta). Đây là một tâm sở hoàn toàn mới, ngộ tột cùng, viên mãn.

Nếu nói đến sự thành đạt Tứ Diệu Đế thì Giác Ngộ chỉ có một nhưng nếu đặt vấn đề tận diệt ô nhiễm trong tâm thì Giác Ngộ có 4 tầng:

-Tầng Giác Ngộ thứ nhất, Nhập Lưu (Tư-đà-hoàn,

sotapanna): Một vị Nhập Lưu tận diệt được hai ô nhiễm: tà kiến và hoài nghi.

-Tầng Giác Ngộ thứ hai, Nhất Lai, (Tư-đà-hàm, sakadagami): vị nầy không tận diệt được thêm một ô nhiễm nào khác, nhưng những ô nhiễm còn lại trong tâm trở nên yếu đi.

-Tầng Giác Ngộ thứ ba, Bất Lai, (A-na-hàm- Anagami) :Thêm hai ô nhiễm nữa là ái dục và sân hận được diệt tận, tức là không còn bị bám víu vào bất cứ đối tượng của giác quan và không còn bị chi phối bởi sự giận dữ, ganh tị hay sợ hãi, ưu phiền nữa.

-Tầng Giác Ngộ thứ tư, A La Hán (arahan): Nếu vị Bất Lai tiếp tục hành thiền, đạt được kết quả cuối cùng là tầng thánh giải thoát A La Hán. "A La Hán" nguyên nghĩa là bậc đáng cung kính, đã tận diệt mọi ô nhiễm còn lại trong tâm. Các ô nhiễm này sẽ không bao giờ trở lại dù vị này còn mang thân xác làm người. Tâm của các vị này trong sạch như vậy nên họ không còn tái sanh.

Theo như những lời giảng trên thì sau khi giác ngộ ở tầng 1, 2, 3 , tâm hành giả vẫn còn ô nhiễm nên vẫn còn Khổ. Chỉ đến khi đắc quả A La Hán thì hành giả mới tận diệt được mọi ô nhiễm và hết khổ.

...Quý vị đã hết khổ chưa? Hình như chưa. Như vậy chứng tỏ rằng quý vị chưa thể nào đạt đến tầng thứ tư để thành A la hán, vậy thì còn tầng thứ ba, thứ hai... quý vị đang ở tầng nào?

Quý vị chưa biết ở tầng nào hả, thế thì chịu khó đọc thêm nữa nè.

Nếu nghiên cứu kỹ cách sử dụng danh từ Ngộ và Giác (Bồ-đề) trong các kinh luận, thiền ngữ Trung Quốc, người ta có thể thấy được một sự khác biệt tinh tế trong cách sử dụng.

- **Ngộ thường được dùng để chỉ cái kinh nghiệm vừa hiểu rõ ra ngay thức thì**. Một danh từ khác đồng nghĩa với ngộ là Kiến tính (j: ken-shō). Đại ngộ triệt để cũng thường để chỉ sự Giác ngộ tột cùng.

- **Giác ngộ là một từ Hán-Việt có nghĩa là: tỉnh ra mà hiểu rõ**. Giác có nghĩa là: tỉnh dậy, cũng như trong câu thơ "Giác lai vạn sự tổng thành hư" (Tỉnh ra vạn sự cũng là không) của

Nguyễn Trãi. Giác ngộ tiếng Pháp là éveil, hay illumination; tiếng Anh là awakening, hay enlightenment; bao hàm ý nghĩa: bừng tỉnh và chói lòa ánh sáng. Tiếng Pali và Sanskrit là: bodhi (phiên âm là bồ-đề). Bodhi cũng như Buddha phát xuất từ tiếng gốc bud, là: hiểu biết.

Giác ngộ, bodhi là nhờ ở trí tuệ (hay trí huệ) Bát nhã, là sự hiểu biết không phải chỉ bằng trí thức, lý luận, mà bằng sự cảm nhận sâu xa, bằng kinh nghiệm sống trực tiếp. Do đó, giác ngộ cũng còn gọi là tuệ giác.

Giác ngộ cái gì: giác ngộ ra Sự thật theo giáo lý của Đức Phật:

Tứ thánh đế là: khổ, nguyên nhân của khổ, sự diệt khổ và con đường diệt khổ;

Tam pháp ấn là vô thường, vô ngã và khổ;

Lý Duyên khởi là sự tương quan trong sinh diệt của mọi việc.

Đó là những **sự thật** mà Đức Phật đã giác ngộ ra và giảng dạy. Phải hiểu rõ những sự thật này, theo đó mà tu tập, theo con đường bát chánh đạo thuộc vào ba môn tu học là: giới, định, tuệ. Phải hiểu biết rồi mới thực hành được. Như vậy, phải giác ngộ rồi mới giải thoát được…

Khó hiểu thật, nhất là với quý vị chưa học về các “sự thật” này.

Thôi nôm na thế này nhé:

Sự thật là những cái có sẵn trên đời nhưng mình không hay chưa nhìn ra giống như mặt trời lúc nào cũng có đó nhưng nếu bị mây đen che thì mình không nhìn thấy.

Tứ diệu đế về Khổ? Ai ở trên đời chưa từng khổ, khổ vì Tham: tham tình, tham tiền, tham đủ thứ rồi muốn giữ chặt cái mình thích và ghét cái mình không ưa. Muốn hết Khổ phải Tu. Tu thì phải học (đọc truyện của Sao Khuê là đang học đấy!).

Tam pháp ấn: vô thường, khổ, vô ngã. Học để hiểu ra trên đời không có gì tồn tại mãi mãi tức mọi việc (pháp) đều **vô thường (1)** không thường hằng. Never nghe quý vị. Các cô chớ dại tin: “nếu trên đời có gì vĩnh cửu được – thì em ơi, đó là tình hai chúng ta" nhe. Quả địa cầu ngày kia cũng biến mất, nói gì tình, tiền, mạng sống. Cái gì biến đổi và không có mãi như trước không vĩnh cửu gọi là vô thường, nó y như đám mây trên trời, biến dạng liên tục. Mà mây là mây, là nước hay là mưa nếu không có nóng có lạnh nghĩa không tự nhiên có được mây nên mới nói nó **vô ngã (2),** nó tùy thuộc các yếu tố khác gọi là **duyên** như nóng, lạnh mới có được… Khi không có độc lập tự do, lại lúc có lúc mất thì **Khổ** (3) là chắc rồi.

Tới đây mà quý vị như Sao Khuê, chưa hiểu được thì đành *bó tay.com* hay là quý vị cứ tạm hiểu như Sao Khuê rồi thì mai mốt lại nghiên cứu nữa nhé. Cái tạm hiểu này cũng qua bao nhiêu năm ăn "quả khổ"đấy nhe:

Không có một cái gì mà tự nhiên từ trên trời rơi xuống, ngay cả mưa, mưa cũng phải qua quá trình nước gặp nóng, bốc hơi, kết thành mây, mây gặp lạnh đọng thành hạt nước rơi xuống đất thành mưa. Người ta muốn ngộ - đột nhiên hiểu rõ ra chuyện gì đó cũng phải trải qua một thời gian dài suy tư.

Ngộ ra cái gì thì tùy quý vị đang nghiên cứu học hỏi cái gì.

Thí dụ "Yêu", như quý vị biết yêu là khổ, không yêu thì lỗ, rồi ngộ ra thà lỗ còn hơn khổ.

Thí dụ "Lập gia đình": quý vị biết ở một mình thì buồn, ở hai mình thì bực nên đa số chúng ta giác ngộ thà bực hơn là buồn nhưng rất nhiều người giác ngộ thà buồn hơn là bực. Một số ít lại thích bộ ba, bốn người vì họ thích bực, bực rồi buồn bực... (một vợ nằm giường Lèo, hai vợ nằm chèo queo, ba vợ xuống chuồng heo mà nằm). Họ ngộ ra chữ Không, không có vợ nào bên mình đấy quý vị ơi.

Sau khi thỉnh được kinh vô tự, Tôn hành giả tức Tề Thiên Đại Thánh ngộ được chữ KHÔNG. Tôn ngộ Không, nhập Niết bàn thành Đấu Chiến Thắng Phật.

Nếu quý vị học Phật thì quý vị sẽ ngộ ra những lời Phật dạy, sau đó sẽ giác ngộ ra rằng

Đời: c'est la vie. Tiền: c'est l'argent. Tình: c'est l'amour.

Chắc là quý vị cho Sao Khuê đang nói đùa, nhưng nếu quý vị đã học lâu năm và

được đời chơi mình như chơi bóng đá, quý vị sẽ giác ngộ ra

vũ trụ, đời sống vận hành theo một cái định luật của Tự Nhiên nào đó mà mình phải tuân theo, không sửa đổi được, nhưng mình có thể nương theo đó rồi TỰ sửa đổi cho tốt hơn, như học chưa thông thì học nữa, học mãi sẽ hiểu ra...(Sao Khuê nghe thầy giảng vậy)

Nếu quý vị cứ suốt đời lo lắng, sợ hãi thì quý vị học Phật nên chịu khó nghe pháp thoại. Nghe rồi, học rồi, rồi ngẫm nghĩ (tư duy)**, rồi thực hành, chứng nghiệm với bản thân.** (cũng lời các thầy giảng) . Ngày nào đó, như trái bóng đá mang tên Sao Khuê nè, quý vị sẽ giác ngộ ra mình nên lặng thinh chấp nhận mọi việc xảy đến, mọi việc đều tùy duyên đến rồi đi, sinh diệt một cách…"mờ ám": *nhưng sao (đến) đi mà không bảo gì nhau, để anh gọi tiếng thơ buồn vọng lại" (thơ Nguyên Sa).* Kế đó Mình xin quy y thầy **mackeno**, theo thuyết **mackenism**. Mình hết dám cằn nhằn, oán trách **người hay số phận.** Mình đành lòng vui vẻ thích nghi với hoàn cảnh xảy đến, chấp nhận lúc nắng thì đội nón, lúc mưa thì che dù, chỉ vì mình không bắt được Trời ngưng mưa hay đi chơi với mây cho mình đỡ nóng, dại gì mà đầu đội mưa, chân đạp cát nóng nhỉ, dại sao mà càu nhàu hé…

Chấp nhận, thích nghi, lèo lái hoàn cảnh, chúng ta sẽ buông xả được tất cả những nỗi lo buồn và sống an nhiên tự tại.

Một thí dụ quý vị nhé:

Một căn bệnh đến (khổ thân), người thân yêu rời xa (khổ tâm): vì đời sống có vui có buồn có sướng có khổ mà.

nhưng Ta chỉ muốn giữ cái vui và khi không giữ được thì Ta "thọ" khổ.

Nếu Ta giác ngộ, tỉnh giác hiểu ra lẽ vô thường, duyên hợp-tan, hoại-diệt thì mọi chuyện rồi cũng qua đi (À, nếu nó vẫn còn đó mà chưa qua thì có nghĩa là nó chưa qua chứ không phải là nó không qua à nghe. Nếu muốn nó mau qua thì quý vị cứ chịu khó **Niệm**: qua đi, qua đi, qua đi, qua đi hay chú tâm đọc Bát nhã tâm kinh để rõ nghĩa hơn về mọi pháp hữu vi đều Vô ngã, Vô thường thì "tâm đang níu giữ" sẽ nới lỏng dần rồi buông ra được: yết đế, yết đế, ba la yết đế, ba la tăng yết đế, bồ đề tát bà ha), sau đó còn đau thì kiếm thuốc mà uống, mà thoa, kiếm máy massage mà bóp…

Thôi thì thôi để mặc mây trôi
Ôm trăng đánh giấc bên đồi dạ lan
Thôi thì thôi, chỉ là phù vân
Thôi thì thôi nhé, có ngần ấy thôi....
Phạm Thiên Thư

Đấy, ngộ ra là "có ngần ấy thôi", *không mong cầu nhiều hơn nhé, buông tay thả ra như bóng bay, không giữ lại nhé.*

Không còn mong muốn thường hằng, không còn ghét bỏ, không còn nắm giữ, rồi bước vào cái tịch tĩnh, hư vô:

Hư vô

Khi xưa tôi chẳng làm thơ
Khi xưa tôi đã rất dại khờ...
Như cây, hoa, quả, chờ mùa... chín
Tôi, với thời gian, ... "viết thành thơ "
Nhưng tôi chưa hết dại, khờ:
Mà thời gian, vốn ơ hờ, vẫn trôi
Thời gian qua, đã qua rồi
Chưa từng trở lại, chưa lui trở về
Mà tôi, sao cứ mải mê
Ngoảnh lại sau lưng "xế" quá khứ
Và còn nghển cổ ngóng tương lai...
Hận sầu đằng đẵng kéo dài
Thêm lo sợ tới, ngày mai thế nào?
...
Sáng nay thức dậy, vui sao
Ngọt ngào Buông, Xả, bước vào hư vô...

Sao Khuê

Eurêka! Chúng ta đã chứng ngộ Niết bàn.

(*) Viết theo tài liệu trên mạng
(**) Hình ảnh lấy từ internet

SAO KHUÊ - *tháng 11 năm 2024*

.

KHẾ IÊM

Tự Ca

Mở mắt
Nhấp nháy nghi, hồn nhiên
Rơi trên thềm, ruộng đồng chảy mật
Chưa bao giờ nước và đất thành bùn
Chưa bao giờ điêu linh là mộng
Ta khởi từ đời có thật
Chạy đi rồi về gió tất tưởi
Chiều xa chôn hờ thây ngoài non
Đợi nhau từng giờ bướm thổn thức

Dừng lại con quay quẻ may rủi
Dắt tay bước qua cầu nước mắt
Thở dài
Cười
Tiếng hùng hổ
Nhè nhẹ rừng lời buông bông lơn

Nhát cuốc
Cỏ, hẳn nhiên chết
Cho nhanh ngày mầm héo xơ xác
Vay trả ngàn kiếp muôn biến đổi
Ta ca thiêm thiếp quê mùa thơm.

Xuân Từ

Lửa mắt, hôn tóc sao
Chảy và khóc
Lời kinh mưa

Như trái tim kịch, lòng co quắp
Như bất ưng chiều run phiêu linh
Như chim bay qua rừng hát huyên náo

Ta, sâm thương nguồn gió đau đớn
Bên quán xưa men rượu còn chờ
Thấy man di có tiếng hờn oán
Sông cuối sông về, hoa tinh mơ

Ngăn ngắt quanh ngực núi càn rỡ
Khuya liếp tranh hồn quê siêu sinh
Ta cắn răng cùng đá gầm rú
Trong nước trôi ngoài trăng lân tinh

Soi, bỗng nhiên dòng nỗi lam lũ
Đang cuốn đi từng cơn phiếm du
Thiêm thiếp hơi gặm miếng tình cũ
Bao phế hưng ta mùa xuân từ.

KHẾ IÊM
Trích từ sách “Thanh Xuân”

SCOTT S. NGUYEN
dịch : DAN POWELL

"TÁCH TRÀ DẬY SÓNG"

STORM IN A TEACUP (CARVE MAGAZINE SPRING 2013)

Cái tách của Alice Stout, chỉ là cái tách trà làm bằng sứ đơn giản thôi, nó cũng màu trắng đục; giống y như bất cứ cái tách đựng trà nào khác trong tiệm café của vợ chồng nàng. Cái ồn ào từ ngoài trạm xe lửa Bridgenoth đưa vào đánh thức theo mọi sinh hoạt tấp nập của mỗi buổi sáng là thời điểm tiệm café Tea Cosy mở cửa, mà Alice đang cô đơn ngồi tại một trong những cái bàn nàng vừa dọn ra. Miệng nhấp vơi dần từng ngụm trà cho đến khi chỉ một vài giọt sau cùng sót lại thì hai khuỷu tay đặt trên bàn mà tách trà thì nằm gọn giữa hai lòng bàn tay nàng. Dù đã cạn nhưng nó vẫn còn một lớp trà sữa ngọt tráng mỏng ở phía trong. Thì sóng gió bắt đầu! khi mà hơi nóng từ lòng bàn tay của nàng ấm lên rồi chuyền qua cái tách sứ sưởi ấm dần chút không khí ở bên trong.

Dù không có gì quan trọng bất thường xảy ra cho cái tách cạn. Hôm nay là một ngày nắng ấm của năm 1973, chỉ có hiện tượng bất thường xảy ra trong cái tách sứ là, số không khí bên trong tách cạn có áp suất thấp sẽ gây phản ứng khi tiếp xúc với áp suất cao hơn do thân nhiệt từ tay nàng chuyền qua, mà khi gặp nhau chúng sẽ tạo nên hiệu ứng gây sóng, gió cùng tỏa mây: Hiện tượng mây tích loạn, chuyển hóa, tích tụ rồi gây mưa.

Vì sự tích tụ và chuyển hóa tạo ra sóng gió rất chậm nên Alice vẫn không cảm nhận vì trong tâm tư nàng đang tràn đầy với những sự kiện của mùa hè năm 1951. Hiện trong túi nàng còn bảy cái cùi vé năm xưa mà nàng để chúng dưới đáy hộp nữ trang gìn giữ đã nhiều chục năm nay mà nàng như quên theo ngày tháng. Nhưng, sáng nay lúc thức giấc nàng lại tìm và lận chúng trong túi rồi choàng cái tạp dề trước khi bước từ căn phòng xuống tiệm. Vì tâm trí miên man suy nghĩ về những cái cùi vé cũ nên nàng không còn quan tâm gì đến hiện tượng chuyển hóa của cái tách trong tay, linh thiêng như cốc rượu lễ.

Sự ồn ào cùng nhiều tiếng động bỗng mang nàng trả về thực tại, đứng dậy nàng mang cái tách để lại bàn đặt gần quày tính tiền. Bây giờ thì tiếng động hòa cùng không khí nhộn nhịp không còn tĩnh mịch như khi nàng thảnh thơi ngồi tại bàn nữa.

***

Với cái nhộn nhịp cố hữu trong khu High Town tại dãy nhà gần trạm xe lửa đưa lên núi, thì tiệm café Tea Cosy núp mình giữa các cửa hàng buôn bán đồ cổ nhộn nhịp và tiệm bán cá và khoai chiên mà cái lò lửa vung vãi đầy dầu mỡ đặt ngay phía trước. Cái bảng hiệu lại viết trên cánh cửa xoay qua trả lại nên nét chữ cũ lại thấp thoáng lúc ẩn rồi lại hiện, hình cái bình trà đặt trên cái khay sắp chung quanh là những tách và dĩa, một bình sữa cùng một hũ đường nhỏ, hình bình trà cũ đã phai tàn theo năm tháng nhưng xưa kia chắc nó cũng rực rỡ huy hoàng lắm, bây giờ nó trở màu xám xịt đến mất sinh khí, từ màu vàng tươi thành héo úa điểm vết xanh màu mây khói và đỏ bầm rồi nâu đậm, còn đâu màu hổ phách của những giọt trà tươi? bốc khói? nó điêu tàn và mục rách như cái màn cửa khả ố đang thi gan cùng tuế nguyệt.

Chồng nàng, Sid Stout khoảng hai mươi lăm tuổi nếu tính từ mùa hè năm 1951 đứng sau cánh cửa nơi u ám trong nhà bếp nhìn Alice đang đặt lại bảy cái bàn tròn, trông nàng còn rất đẹp so với tuổi đời. Còn rất trẻ với mái tóc màu hung đậm xỏa xuống, cái quần đỏ choàng cái tạp dề sọc trắng, và Sid lại nhìn chăm chú vào đôi mặt đa tình của nàng; đôi mắt màu hạt giẻ nổi bật giữa những màu đỏ làm chàng ngẩn ngơ không biết gọi là thứ gì? Là ngọc thạch? là màu táo tươi? hay màu hoang dã? chàng thấy mình như một hiền triết. Nếu phải gọi là nàng cừu non hay là con sư tử cũng vẫn đúng với nàng trong những lúc nầy. Với quán trà không làm gì khổ nhọc nhưng Sid cảm thấy mình tàn phai theo tuổi đời mà nàng Alice, vợ chàng sao thấy càng rực rỡ, trông hây hây... Thật lòng chàng cảm thấy hạnh phúc trên những bước chân nàng qua nhưng trong đó cũng pha lẫn một ít băn khoăn, cái không thoải mái tại sao nó lại lớn dậy nó mãnh liệt kể từ buổi sáng hôm nay, chàng cảm thấy như đang đánh mất vật gì quan trọng lắm, sự hư ảo, cái lờ mờ nó cứ đang bám quanh chàng.

Bỗng nàng dừng lại trước cửa tiệm, xoay lại nhìn và hỏi chàng với giọng đầy vẻ yêu thương:

"Sao.. hôm nay trông anh buồn vậy?"

"Có gì đâu."

"Vẫn yêu em chứ." Nàng hỏi mà như đã biết câu trả lời.

"Luôn luôn..."

"Hoan hô. Thôi hãy chuẩn bị..."

Rồi Alice với tay xoay chữ "MỞ CỬA" ra phía trước.

***

Từng luồng hơi ấm lượn vòng trong tách trà bay lên, ép từ từ nhỏ dần lượng không khí lạnh ở giữa rơi xuống. Bây giờ thì quá ít quá sớm để nói rằng có hiện tượng sóng gió, hay dập dồn, hay sấm gầm hay sét đánh hay xa hơn nữa là bão mưa, bão gió, bão tuyết, bão nhiệt đới hay cuồng phong, hay lụt lội hay hồng thủy... Với Alice thì nàng bước đi trong tư lự với Sid bận rộn lo chuẩn bị trong nhà bếp. Cái tách vẫn còn trên bàn nằm cạnh bên quày tính tiền, có ai ngờ nó đang vận hành mà dông gió như đang nổi dậy ở bên trong?

***

Tommy ngồi tại cái bàn thường lệ, cóp nhặt, đó là lần cuối ghé qua Cosy trong mỗi tuần, mới hay còn ba ngày nữa mới có lương. Hắn bập rồi nhả khói với điếu thuốc tự vấn, cái dây đeo quần và cái áo khoát ngoài lết thết lượm thượm chứng tỏ hắn còn độc thân. Mang hai tấm đệm đầu gối làm ống quần kéo lên khỏi đôi giày lấm bùn. Đầu hắn đội cái nón rất cũ loại có chỏm cao, ở trên bàn hắn để bịch thuốc rê và cuộn giấy mỏng.

Tommy là khách độc nhứt phải leo núi sáng nay, vì đã trễ đến lần thứ hai chuyến tàu lên núi, nên hắn phải vất vả leo lên từng bước một nên cần có gì dằn bụng, cho nên khi Alice mang dĩa trứng chiên với ba rọi hắn bắt đầu ăn ngon lành, miệng cười toe toét dựng đứng lắc lư đu đưa chùm râu kẽm.

"Ngon... tuyệt vời, Alice à,"

"Cám ơn, Tommy..." nàng trả lời mà chân lại bước đi.

Thật là một người đàn bà đẹp và rất có duyên, Tommy mỉm cười mà ao ước giá mình có được người vợ như vậy. Có chút trứng dính trên râu mép nên hắn phải dùng tay áo sờn rách để quặt ngang. Tommy liếc mắt thấy Sid đang nhìn ra từ cái nhà bếp u ám cũng không biết chàng nhìn Alice hay nhìn mình, hắn thấy ngượng đỏ mặt; nhưng chẳng sao vì nhờ bộ râu quay nón che lấp, có chăng chỉ vài giọt mồ hôi rịn ở trán; nhưng lo gì vì mọi người đều biết Tommy vừa leo dốc buổi sáng, là lý do chánh đáng để sản xuất những giọt mồ hôi vô duyên.

***

Emily Blakemore ngồi ở cái bàn sát cửa sổ với con chó, Clarence quấn quít khụt khịt dưới chân, vạch tấm màn cửa đục màu vàng khói tro, nàng dán mắt chăm chú nhìn ra sân ga.

"Chắc vài phút nữa hắn sẽ đến..." Alice nhắc.

Với chút e thẹn vừa buông tấm màn nàng nhìn kỹ vào tấm thực đơn và điều hòa nhịp thở.

"Dùng trà và bánh crumpet xốp chứ?" Alice mời.

Có tiếng chuông treo ở cửa reo lên. Một gã đàn ông bước vào người gã mặc bộ com-lê, ngoài có áo khoát chân đi đôi giày leo núi bóng loáng dậm gót trên sàn cũ. Gã bước thẳng vào tiệm không nói lời nào đến chiếm cái bàn trống ngồi quay lưng.

"Chắc cũng trà và bánh crumpet xốp???."

Emily nói mà mắt nàng dính chặt vào vai gã đàn ông vừa bước vào, ngực nàng bỗng như trĩu nặng. Khẻ gật đầu Alice chân bước gần đến gã ăn diện lịch sự kia. Emily mỉm cười vì nghe gã cũng gọi món trà và bánh crumpet.

***

Hình như con chó Clarence đã cảm nhận hiệu ứng trong cái tách, tai nó lắc lư, xúc tu nó nhúc nhích, cặp mắt nó liếc qua rồi đảo lại, bỗng, bất chấp nó phóng đại rất nhanh đến cái bàn. Nó nghe âm thanh như của tờ giấy đang bị vò nát, nó ngửng đầu lên nhưng không thấy được gì vì nó đứng quá thấp. Con chó xoay lại nhìn chủ, nhưng cặp mắt Emily đang dính chặt vào gã bảnh bao kia. Tiếng vò nghe rõ hơn, nghe lớn dần. Nó chờm lên rồi té xuống nhiều lần làm con chó đành loay hoay nhốn nháo ở dưới bàn.

Emily la lớn: "Clarence!!" chó biết vâng lời chủ, và, nằm lại dưới sàn, nó nằm gối đầu lên hai cẳng trước. Nó lại nghe tiếng vò trở lại nên đảo mắt ngước lên nhìn chủ, nhưng nàng mãi nhìn gã đàn ông. Nên Clarence âu sầu, nhắm mắt, duỗi hai cẳng trước mà cạ vào nhau, nhưng, mọi người mãi lo ăn lo đọc báo hoặc lo chuyện trò cùng nhau. Nên Clarence chỉ lim dim mà buồn rầu rên rỉ.

***

Tiếng chuông lại réo và có chàng trẻ mặc quần jeans áo gió màu xanh đậm bước vào, với dáng vẻ mặt bụi đời tóc dài râu rậm. Chàng ngồi cái bàn chắn giữa Emily và gã đàn ông, Emily thở dài mặt như tức tức. David cố nhìn phải rồi nhìn trái để tìm ra nguyên nhân, không thấy gì nên nó ngồi phịch xuống ghế.

"Café" nó gọi khi Alice cũng vừa bước đến, "Làm ơn.."

Thao thức thâu đêm, cuối cùng thì nó ngủ trên cái băng kê bên dốc đá nhìn qua vách sa thạch thẳng đứng bên bờ sông Severn, sâu dưới mặt đất khoảng trăm bộ, để nghe cho hết tiếng côn trùng thở dài. Tiếng rầm rầm vang rền của chiếc xe leo núi đầu tiên từ ga High Town trườn lên đã đánh thức, nó ngồi dậy từ cái băng đá còn đẫm sương đêm và nhìn dòng sông và thành phố ở phía dưới thấy chiếc xe leo núi lại lắc lư bò một bên, cảnh thần tiên vẫn còn ngái ngủ, nó ngồi đếm lần chuyến xe bò lên rồi rớt xuống, thả xuống lại trườn lên. Bây giờ, với hơi ấm của mùi café làm tỉnh giấc nó biết Alice đã nhận ra cái dáng xốc xếch bừa bộn của mình.

"Tôi có tiền..." miệng nói tay nó móc ra nắm tiền kẽm từ trong túi.

"Cậu à, đừng quan tâm về chuyện đó, " Alice mỉm cười tay chỉ về góc phía sau, và tiếp: "Cậu nên dùng vòi nước ngoài đó rửa ráy trong khi chúng tôi pha café."

David gật đầu, cám ơn và lê chân xuyên qua quán đi về phía sau.

"Ồ..." Sid la to khi nó băng qua.

"Để hắn qua..." Alice nói vọng vào bếp.

"Không cho thêm kẻ đầu đường xó chợ nữa nhé," Sid càu nhàu đủ lớn cho Alice nghe, xong hắn cười tài nịnh vợ: "Em đúng là kẻ tốt bụng, Alice ạ..."

"Phải tốt nên mới sống với Anh chứ..." nàng nói lại nhưng rồi giật nẩy người khi nhớ đến những cái cùi vé trong túi. Nàng lại sợ Sid thấy gì trên đôi mắt, chàng bỗng cảm thấy chút là lạ nhưng không biết nói sao, nên chàng nhìn... nàng lại xoay qua nhìn tách cafe của cậu.

***

Cyril ngồi tại bàn gần nhà bếp nhấp từng ngụm trà. Cứ mỗi lần nhấp hắn lại nhìn đồng hồ đeo tay như việc uống trà hắn phải tính toán như công việc làm vậy. Có tờ báo nằm chình ình trên bàn nhưng hắn chỉ liếc qua nhìn ở trang nhất, tay vuốt mái tóc dài rơi xuống trán. Lại nhìn đồng hồ và lúc nẩy hắn lại đưa tay lên tai để nghe kim đồng hồ di chuyển với tiếng kêu tích, tắc, ra vẻ hài lòng với thời gian nặng nề trôi, trôi qua. Trực giác cho thấy ở góc bên kia có người đang nhìn nên hắn vội xoay đầu qua xem ai.

Mắt hắn dán vào thiếu nữ và con chó đang ngồi gần bên cửa sổ, nhận ra mình đã gặp nàng trong thư viện. Họ có chuyện trò một vài lần khi nàng đóng dấu trên sách cho hắn mượn, nhưng hắn chỉ biết họ mà không biết tên nàng. Nàng nhìn hắn và hắn cũng nhìn nàng bỗng nhiên hắn bị dính kẻ răng, thấy đỏ mặt nên hắn giật mạnh cái khăn từ trong túi áo trải rộng rồi dùng hai tay lau mặt cho đỡ thẹn. Hành động đó cũng giúp hắn bớt ít nhiều xấu hổ. Xếp cái khăn ướt, hắn liếc qua thấy nàng vẫn cứ nhìn nên hối hả hắn trở lại tách trà. Hắn nhấp, lại nhìn đồng hồ, rồi lại nhấp cho đến khi hắn nhìn qua... có một gã cục nịch ngồi xuống ghế lưng quay về làm chắn tầm nhìn giữa hắn và nàng.

***

Trận cuồng phong trở nên mãnh liệt, gió cuồn cuộn, cơn lốc xoáy dữ dội vần vũ đổi hướng, tăng tốc độ tạo áp thấp nhiệt đới ẩn hiện, xoay vần. Trận cuồng phong thường tạo những cơn mưa dông bất chợt, mà quan trọng hơn là ở mọi lúc, mọi nơi, và mọi cỡ. Thì trận cuồng phong trong cái tách cũng tiếp tục trổi dậy?? bắt đầu thì sôi sùng sục khuấy tung lên những cụm mây tuy rất im nhưng con Clarence cũng nhận biết. Cái tách vẫn nằm đó, trận hồng phong âm ĩ xảy ra trong quán trà Cosy mà chủ nhân cùng khách hàng không hề lưu ý. Đùng đùng gió giật mây vần chuyển vận như bọt sủi trên mặt ly bia tươi mới rót.

Bên ngoài Tea Cosy, trời vẫn xanh cho một ngày tươi đẹp,

vài cụm mây lờ lững giăng bên cửa sổ, không gian sinh động mọi người vồn vã như quên đi cử trà khởi đầu cho buổi sáng, bỏ quên cái thông lệ, cái gì đó đang xảy ra ở trong.

***

Café thì đắng khiến David phải nhăn mặt sau mỗi lần nhấm nhưng mùi thơm và cái nóng lại làm cho nó sảng khoái. Hai bàn tay nó ôm gọn cái tách để truyền thêm chút hơi ấm. Ngước mắt nó thấy nàng nhìn qua, nàng cười và nó cười lại, miệng lẩm bẩm cám ơn việc cho dùng nước và tách café.

Nó đặt tách xuống cái dĩa trên bàn, sờ tay kiểm lại tiền. Những đồng kẽm leng keng nó nghĩ không cần phải đếm, tiếng kêu và sức nặng nó đoan chắc tiền còn đủ trả cho thức uống, cho cái vé xe xuống dưới đường cùng vé xe bus đưa đến chỗ làm.

Nó muốn liên lạc lại Liz, nếu nàng trả lời nó cũng không biết nói gì đây? Nhấp thêm ngụm café, vòng bàn tay ôm trọn cái tách, nó suy nghĩ bằng phương pháp nào mà hàn gắn lại khi người nó yêu không còn thương nữa?

***

Mọi người bận lo thưởng thức, Alice bước xuống nhà bếp đến nơi chồng đang rửa, nàng bước đến gần, đưa hai tay ôm chàng, ôm ở vòng ngực, áp đầu vào lưng giữa ngấn vai và cổ, tay nàng luồn vào đặt giữa chiếc áo gi-lê và sơ-mi, vải mịn cùng hơi ấm nàng có cảm tưởng êm như đang nằm trên nệm. Khi Chàng quay mặt lại thì nàng nhón lên để môi mình cạ vào má chàng. Sid cười mà đặt cái hôn nhạt nhòa gắn lên môi mọng:

"Chi vậy???"

"Để... chúng ta còn bên nhau,"

Đó là những thứ họ thường nói với nhau.

Hiện trong đầu nàng đang lo về những cái cùi vé cũ còn nằm trong túi, mà đầu chàng thì đờ đẫn với những thứ không đâu. Nên chàng vội xoay đầu lại mà tiếp tục rửa, và Alice sửa lại áo quần rồi bước ra. Ngay lúc đó sinh hoạt trong tiệm như linh động trở lại.

***

Như vô tình mà mọi người lại quay nhìn đến quầy. Tia sáng lóe lên rồi gãy vụn trong lòng tách trà. Nó như dao động nghiêng ngả bằng cái năng lượng tí tẹo bên trong mà giác quan ta không nhận thấy. Emily đang cười ngặt nghẽo. Clarence miệng kêu ăng ẳng chân thì bước nhẹ đến cái tách đang dao động, giọng gầm gừ và uốn xoắn kéo dài hầu như bất tận. Hiệu ứng trong tách trà phát ra những tiếng ùng ục khiến bước chân chó lừng khừng, nó cẩn thận trong tiếng khụt khịt.

Bây giờ cái tách động đậy có thể vì Sid lắc nghiêng, lắc mạnh nên khuấy động làm di chuyển đám mây tích tụ phía trên. Chàng phùng mang thổi mạnh lên miệng tách nên đám mây lại di động, xoắn ốc rồi bay lên. Sid lắc lư, khuấy động còn thọc tay vào cái tách.

"Sid, Anh làm gì vậy?"

"Có gì đâu... em yêu, Anh chỉ chà rửa thôi mà."

Ngập ngừng chàng chỉ nơi còn in dấu tay mờ mờ như cụm mây xám dày đặc, xong e ngại chàng rút ngón tay lại rồi gõ nhẹ vào thành cái tách.

"Thật chó chết..." chàng la lớn xong vội rút ngón tay ra. Cuối cùng chừng một vài giây sau chàng thấy thoải mái vì từ miệng cũng xả ra ít nhiều u uất.

"Ngôn ngữ vì vậy... Sid???"

"Thì....ừ....ừ..." chàng ấp úng ngón tay chỉ vào má mình.

Trừ con chó Clarence nằm dưới bàn, tất cả đều để lại nhiều vết ngoằn ngoèo bên trong cái tách cạn. Cyril thì béo lùn nên khi ngồi tầm mắt của hắn chỉ ngang cái tách, chăm chú nhìn rồi nói: "Kìa... hãy nhìn.." Một tia chớp như vạch sáng của đá lửa rọi sáng chùm mây phía dưới. Rồi sấm cuộn như tiếng vỗ nhẹ trên mặt bàn.

"Đúng là dông tố, chớp và sấm sét," Cyril nói tủm tỉm cười, gật đầu rồi tiếp: "Hãy coi chừng."

Không ai nói câu nào, như bị mê hoặc trong cái không gian xoay vần, họ dựa vào nhau, tạm lắng trong yên lặng và yên tĩnh cho đến khi làn gió mãnh liệt vụt trốn thoát khỏi cái tách, và, mọi người đều nhận thấy. Với Alice vì tình yêu nên vợ chồng họ cuốn quít từ trong ra ngoài, đám mây xúc cảm dày đặc đang cuộn tròn và dậy sóng. Vì quá yêu nên nàng chưa nói gì được, chuyện của nhiều năm trước, việc Sid thường đi uống với con Reeny Moseley ở dưới phố. Những việc đó đang hiện ra trong đầu, nhưng nàng chưa mở miệng. Trước khi những tin đồn đến tai thì nàng đã biết rõ sự việc bởi nàng tìm gặp những tấm cùi vé nằm trong túi quần. Thường thì chỉ mình chàng có một vé ở đây cả nửa xếp cùi chúng đi vào hộp đêm The Black Boy ở dưới Cartway vào đêm thứ Sáu. Vì tình yêu nên nàng giữ kỹ trong bóp cho đến ngày nay mà chưa hề mở miệng nói ra tiếng nào. Rồi chàng lại ngưng, nhưng nàng vẫn giữ những cái cùi, đến bảy vé, đó là số lần Sid đến gặp con ngựa Reeny Mosley. Alice nhớ lại mà trong lòng như dậy sóng, và nàng đưa tay thăm dò cái túi.

David đưa tay hất những cộng tóc rơi xuống trán và nhắc: "Thật đẹp..." Mường tượng nó nhớ lại khuôn mặt và giọng như mây khói của Liz trong cái đêm David đi lang thang trên đường vắng khu High Town mà quên hẳn chuyến xe bus sau cùng, cũng lời nói lạc giọng đó David bỗng la lớn: "Ta sẽ không muốn gặp nàng nữa." Và nó đã ngủ qua đêm trên băng đá buốt giá mà cầu mong hình ảnh đó tan nhanh- rất nhanh- cuốn theo trận cuồng phong, rồi nó lại cười khi cái chấm đen biến dạng. Nó đành quên Liz Layton để nghĩ đến người con gái khác.

Trong khi đó Emily lại nói: "Thật là phép lạ," giọng tắc ngắn như miệng bị bịt kín. Với sự khuấy động đám mây kia sẽ làm cho cảm giác của nàng đang chôn kín trong lòng sẽ thêm dao động và tỏa sáng, năng lượng sẽ chấn động lâu hơn. Emily Blakemore, nhân viên thư viện độc thân, thường gặp Cyril Renshaw nhiều năm qua nhưng hình bóng giữ kín trong tim như đang ôm ấp một bảo vật. Tất cả những sách Cyril trả lại thư viện nàng phải tốn nhiều giờ kiếm lại vì Cyril Renshaw có thói quen dùng bút chì vẽ hoặc ghi chú trên phần giấy trống bên lề, hầu như mỗi trang; cho nên nàng phải mang về nhà đọc tất cả hình vẽ cùng lời bình rồi xóa đi để chàng không bị phạt.

Nàng cẩn thận ghi lại những gì hay vào trang nhật ký rồi ghi chú thêm bằng bút mực như có cuộc đối thoại tưởng tượng dưới ánh đèn mờ mà như hai người đang nằm đối mặt. Như cơn bão đưa cặp mắt nàng xoay qua Cyril, nàng có cảm giác như chàng cũng yêu mình, và chàng nhìn lại. Nàng co chân. Nàng thở mạnh và loạng choạng làm cái ghế lay động, giật mạnh con chó Clarence vội nhảy ngồi trên đùi.

"Cô... có sao không?" Cyril hỏi và bước lại với sự lo lắng.

"Phải... t..ô..i " nàng nói và hai mắt mở tròn phóng nhanh qua.

Vì mọi người chúi mắt nhìn qua Emily, nên không ai thấy sắc mặt Sid bỗng đổi màu hay nghe chàng thì thầm "Ngu không chịu được," trong khi chàng nhìn chòng chọc những nét đậm trong đám mây. Trong đó chàng lại thấy mình yêu vợ vô cùng mà mỗi tiếng sấm nổ là một lời khiển trách xa vời. Và thật ngạc nhiên, không mong đợi mà chàng đã quên hẳn tên người ấy, quên đi như quên những gì không quan trọng trong đời. Và chàng cảm thấy thật may mà Alice không tìm ra những lần chàng lẻn ra khỏi nhà bò đến quán rượu vào những đêm thứ Sáu của mùa Hè 1951. Việc chàng chưa bao giờ nghĩ đến, nhưng hôm nay nó lại hiện rõ trong đầu; khi họ cùng nhìn một cơn dông. Bên trong chàng thì lảng vảng sự biết ơn bỗng chạm mạnh đến cái vị tha cao cả, làm tim chàng dậy sóng chỉ vì cái ngu xuẩn cái hèn hạ của tuổi trẻ.

Bỗng Sid rống lên: "Không đúng..." rồi chàng bước nhanh vào bếp cầm thanh củi đang cháy đỏ đong đưa xua đuổi như đang múa kiếm.

"Sidney Stout, anh làm cái trò khỉ gì vậy?" Alice miệng nói chân vừa bước đến: "Hãy ngưng đi...""

"Đúng rồi..." Cyril nói và bước đứng cạnh nàng khoảng giữa cái tách và Sid.

"Chuyện không tự nhiên chút nào..." Sid la lên rồi tránh qua một bên.

"Tôi phải cản ảnh mới được," Cyril xấn tới để cản mặt Sid.

"Đây là quán của tao, nói làm gì mặc..." nên Sid tiếp tục múa may thanh củi trước mặt Cyril và tiếp: "Hãy tránh ra, không tao đập... cái thằng ngốc,"

"Sidney Stout???"

Cyril cứ bước đến gần Sid. Nhưng bỗng không khí có vẻ dịu hơn, nhưng họ lại trừng nhau.

"Mầy liều mạng nhe con???" Sid lúc lắc thanh củi cháy mà đầu gục gặc lui tới như con bồ câu sắp quyết đấu, nhưng Alice bước tới giật mạnh.

"Anh khùng rồi, đưa cho tôi,"

Sid ré lên khi bị Alice xách tai kéo lê lết vào nhà bếp.

"Quán của anh? muốn làm gì thì làm đi... Sidney Stout, nè..."

"Alice, hãy thả anh ra..." chàng la ầm lên và cựa quậy khiến nàng kéo mạnh hơn. Cyril xoay lại nhìn Emily đang đứng cạnh nhìn mình như một dũng sĩ vừa chiến đấu.

"Đừng sợ hắn anh Renshaw," nàng nói với chút hăm mộ cùng khuyến khích: "bạo lực chỉ là sự liều mạng vì sợ, vì hèn nhát của kẻ không hiểu biết."

Cyril lại nhận ra đó là những câu hắn đã suy nghĩ và viết bên lề sách, mà trong lúc bất ngờ cô đã nói ra như của mình.

"Cô Blakemore...?"

Cyril nhìn cô cười, điều mà hắn chưa hề thấy khi họ gặp nhau tại thư viện, nơi mà họ chỉ trao đổi vài câu nhác gừng trước khi đóng dấu ghi ngày vào sách.

"Anh Renshaw,"

Với tình cảm đâm chồi lại nở rộ trong lòng họ, hòa điệu cùng tiếng la hét của Alice và Sid bên trong bếp như để trả lời tiếng sấm tiếng chớp từ trong cái tách.

***

Không một ai để ý khi Tommy kéo cái ghế đến ngồi gần bên quày tính tiền mà tầm mắt hắn ngang với cái tách. Cái khuấy động của trận bão đã thu hút hắn. Hắn nghe tiếng leng keng dồn dập tựa hồ như những sợi dây đường

ở tận đáy tách đang va chạm vào nhau. Lần đầu tiên trong nhiều năm hắn chưa hề nghĩ đến Alice. Tiếng ầm ầm của cơn bão lại kéo dài, tiếng sấm, tiếng sét lại chồng chất lên nhau. Tiếng lách cách lại dộng ầm vang trong tách sứ. Tommy nhìn quán café như đang khuấy động như bị kéo vào trận hồng thủy. Họ dựa vào ngây ngất bên nhau, ngây ngô hấp dẫn như một khúc nhạc tình. Chàng tuổi trẻ vẫn ngồi để nhấp đến giọt café sau cùng, toét miệng cười nham nhở. Tiếng la hét từ trong bếp cứ lan ra, lặp lại càng lúc càng lớn hơn, phun ra những lời cãi vả, giận dữ lên cao rồi hạ thấp.

Tommy thấy tình cảm trong lòng mình lắng dịu theo năm tháng nay thấy cảnh sống giữa Sid và Alice thì nó nổi dậy sống lại, sống mãnh liệt hơn, mắt hắn dán vào cái tách, cái tích lũy lâu nay như sắp tràn bờ. Một tia sáng đưa lên như một tia chớp thoảng qua mặt hắn: lóe lên và chợt tới. Không suy nghĩ tay đưa cái tách lên môi hắn uống cạn dông tố, mưa rào, băng tuyết; uống tất cả, mây gió đang cuồn cuộn trên đôi môi hắn, lưỡi đơ ra mà miệng như nghe toàn mùi kim khí.

Yên lặng như bao trùm lên cả quán, tất cả mọi năng lực như trận đại hồng thủy từ cái tách đang đổ dồn hết về Tommy, hắn liếm môi, đưa tay áo lên quặt miệng.

"Anh thấy mùi vị thế nào?"

Nghe Alice hỏi, Tommy nín một lúc rồi ợ ra, một làn khói và tầng ionzed vần vũ quấn lấy như chàng đứng giữa cơn dông.

"Như đang nghiêng ngả với tình..."

***

Họ ngồi chung quanh dán mắt vào cái tách cạn trà đang đặt giữa bàn. Bầu không khí, sự nín lặng, im thim thiếp thay cho lời nói, sự khuấy động nhường cho bầu trời ban mai trên cao nguyên êm ả.

Cyril và Emily nắm tay nhau giấu dưới mặt bàn từng đầu ngón tay mãi mãi họ đan quyện vào nhau.

Alice đưa tay vào túi áo cuộn tròn những cùi vé cũ.

David hất lọn tóc che mắt, đưa tay vuốt đầu miệng nở nụ cười.

Sid thì lấy hơi thở thật sâu, với kéo tay Alice ra khỏi

túi mà nắm chặt.

Dông tố cuồn cuộn trong hệ tiêu hóa phức tạp của Tommy, cái lạnh buốt đã chiếm hầu hết sự rã rời cũng vì yêu. Hắn bốc vội cái tách nhét vào túi áo choàng tả tơi và, quay ra không nói một lời, để lại sự ngạc nhiên và những ánh mắt. Hắn hứa với lòng sẽ không nghĩ đến Alice dù sau nầy hắn vẫn nhớ đến ngày mình nuốt cả bão tố.

Sid vuốt ve bằng lòng bàn tay làm Alice quay lại.

David thì mắt nhắm, gối đầu trên hai tay cong vòng để trên bàn, ngái ngủ dưới những tia mặt trời chiếu xuyên qua màn cửa.

Alice thì thầm bên tai câu hỏi mà nàng biết trước câu Sid trả lời: "Vẫn còn yêu em?"

Cyril và Emily tay trong tay họ lẻn ra ngoài, một ngày mới họ dắt nhau đi đến thư viện với ý định, đến chiều hắn sẽ lựa mượn sáu quyển sách ngồi chờ đến giờ tan sở họ sẽ ra về.

Sid trở lại sau bếp, trước khi rời họ ôm nhau mà hun như thuở ban đầu. Trong phút giây họ cảm thấy hạnh phúc, trẻ lại và vô tội.

Alice chờ khi Sid rửa chén mới bắt đầu dọn bàn; tay dồn những thẻ bơ vào dĩa, nhìn lên khi Sid không để ý nàng cho tay vào túi lấy cùi vé, từng cái một, nàng liệng vào thùng rác. *LasCOVID19*

DAN POWELL is a prize-winning author of short fiction whose work has appeared in the pages of Being Dad, The Lonely Voice, Unthology and Best British Short Stories. His debut collection, Looking Out Of Broken Windows, was shortlisted for the Scott Prize and longlisted for the Frank O'Connor International Short Story Award and the Edge Hill Prize. He is currently working on a second story collection and a debut novel, is a First Story writer-in-residence, and is completing his PhD in Creative Writing at University of Leicester. He procrastinates at *danpowellfiction.com* and on Twitter as *@danpowfiction*.

The London Magazine Short Story Competition 2016 | Winners

SCOTT S. NGUYEN dịch

HÀ NGUYÊN DU

Vai trò và vị trí của cái tôi ...
trong sự nghiệp sáng tác của tác giả và tác phẩm

Cái tôi ***trong văn chương và nghệ thuật*** là một khái niệm sâu sắc, phản ánh cá tính, tư tưởng và trải nghiệm cá nhân của tác giả thông qua tác phẩm của mình. Vai trò của cái tôi trong sáng tác không chỉ là phương tiện để bộc lộ tâm hồn mà còn là yếu tố quyết định sự độc đáo, khác biệt trong sáng tạo văn học. Tuy nhiên, cái tôi có thể trở thành một chủ đề gây tranh cãi khi nó quá nổi bật, dẫn đến những luồng nhận định và phê phán khác nhau.

1. Cái tôi như là phương tiện thể hiện cá tính nghệ thuật

Cái tôi trong sáng tác thường được hiểu là *dấu ấn cá nhân của tác giả để lại trong tác phẩm*. Đây có thể là *phong cách viết, giọng văn, hoặc những suy nghĩ, quan điểm riêng biệt mà tác giả muốn truyền tải.*

- Cái tôi và tính cá nhân hóa:

Sáng tác văn học thường là sự thể hiện quan điểm và cảm xúc cá nhân của tác giả. Mỗi tác phẩm phản ánh cách nhìn riêng của tác giả đối với thế giới, xã hội, con người, và cả chính bản thân mình. Ví dụ, các nhà văn hiện đại như ***Hemingway***, ***Virginia Woolf*** đã để lại dấu ấn cá nhân sâu đậm trong các tác phẩm, thể hiện cái tôi đặc trưng của họ qua lối viết riêng biệt.

- Cái tôi trong sáng tạo:

Cái tôi cá nhân tạo nên sự độc đáo và mới lạ trong các tác phẩm nghệ thuật. Đặc biệt, trong văn học hiện đại và hậu hiện đại, cái tôi cá nhân thường được đẩy lên cao, thể hiện sự nổi loạn và khát khao phá vỡ khuôn mẫu của văn học truyền thống.

2. Cái tôi và sự phản ánh đời sống nội tâm

Cái tôi của tác giả trong sáng tác còn có vai trò quan trọng trong việc phản ánh thế giới nội tâm, những cảm xúc, suy nghĩ phức tạp mà đôi khi không thể diễn đạt một cách dễ dàng qua ngôn ngữ thông thường.

- Thể hiện trải nghiệm cá nhân:

Văn học không chỉ là phản ánh thực tế khách quan, mà còn là cách để tác giả diễn đạt những trải nghiệm riêng của mình. Các nhà thơ, nhà văn lãng mạn thường sử dụng cái tôi mạnh mẽ để bộc lộ những cảm xúc mãnh liệt, niềm khao khát tự do hoặc những nỗi "au cá nhân, như trong các tác phẩm của "Victor Hugo" hay "Nguyễn Du"

- Khám phá bản ngã:

Trong một số trường phái văn học, đặc biệt là chủ nghĩa hiện sinh, cái tôi của tác giả là trung tâm trong việc khám phá bản ngã. Các tác phẩm như "*L'étranger*" (Người xa lạ) của "*Albert Camus*" hay "*Nausea*" (Buồn nôn) của "*Jean-Paul Sartre*" đặt *cái tôi trước những câu hỏi về sự tồn tại và ý nghĩa* của cuộc sống.

3. Phê phán và hạn chế của cái tôi trong sáng tác

- Cái tôi quá lớn:

Một số nhà phê bình cho rằng *khi cái tôi của tác giả quá mạnh mẽ, nó có thể làm mất đi tính khách quan và làm tác phẩm trở nên quá chủ quan, đôi khi khó tiếp cận với độc giả.* Khi tác phẩm quá tập trung vào cái tôi cá nhân mà không chú trọng đến các khía cạnh khác của xã hội hay con người, nó có thể trở nên giới hạn và thiếu sự đa chiều.

- Cái tôi và sự cô lập:

Một số tác giả có xu hướng sử dụng cái tôi như một cách để tự cô lập khỏi thế giới xung quanh, dẫn đến sự xa lánh với xã hội và độc giả. Điều này có thể làm giảm đi tính phổ quát và sự kết nối của tác phẩm với người đọc, như một số tác phẩm của **"Franz Kafka",** nơi mà cái tôi của nhân vật bị cô lập và lạc lõng giữa một xã hội phi lý.

4. Cái tôi trong mối quan hệ với cái ta và cộng đồng:

- Tương tác giữa cái tôi và cái ta: Trong nhiều tác phẩm, cái tôi của tác giả không đứng đơn lẻ mà thường tương tác với cái ta – nghĩa là sự kết nối với cộng đồng, xã hội và nhân loại. Văn học không chỉ phản ánh cái tôi cá nhân mà còn là nơi cái tôi được đối chiếu với cái ta chung.

Ví dụ, trong tác phẩm "*The Waste Land*" (Đất hoang) của **"T.S. Eliot"**, cái tôi của tác giả thể hiện sự hỗn loạn và mất mát của một thế hệ trong Thế chiến thứ nhất.

- Cái tôi và sự đồng cảm:

Một cái tôi mạnh mẽ không nhất thiết là tự cao tự đại hay vị kỷ. Thay vào đó, khi cái tôi của tác giả được đặt vào mối quan hệ với những người khác, nó có thể tạo ra sự đồng cảm sâu sắc giữa tác giả và độc giả. **"Truyện Kiều"** của **"Nguyễn Du"** *không chỉ là tiếng nói của* cá nhân *nhà thơ mà* còn *là lời than khóc cho thân phận chung của con người,* đặc *biệt là phụ nữ trong xã hội phong kiến.*

Kết luận

Vai trò của cái tôi trong sự nghiệp sáng tác của tác giả là vô cùng quan trọng, vừa là nguồn cảm hứng, vừa là công cụ để tác giả thể hiện quan điểm cá nhân. **Tuy nhiên, cái tôi cần được cân bằng với những yếu tố khác trong xã hội và văn hóa để tạo ra những tác phẩm có chiều sâu và giá trị lâu dài.**

Phê phán và phân tích cái tôi trong sáng tác *giúp ta nhận ra rằng nghệ thuật không chỉ là sự phản* ánh *của* cá nhân, *mà* còn *là sự kết nối giữa cái tôi* cá nhân *và cái ta cộng đồng.*

HÀ NGUYÊN DU

HÀ NGUYÊN DU

Nhận định, *phân tích và phê phán tiền* đề:

"BẦY ONG QUÊN LẤY MẬT":

(Suy Tư Về Nhân Loại Thế Kỷ 21)

Nhận định tổng quan

Tiền đề của tôi đặt ra một hình ảnh ẩn dụ sâu sắc, so sánh nhân loại với bầy ong trong một hệ thống tự nhiên đã bị bóp méo.

Ở đây, **"bầy ong"** ám chỉ sự siêng năng, tổ chức chặt chẽ, nhưng đồng thời mang theo sự vô thức và quên đi mục đích cao cả của bản thân. Câu hỏi triết lý này không chỉ phản ánh tình trạng hiện tại của con người mà còn chất vấn về mục đích sống, ý nghĩa của sự tiến bộ, và khả năng đánh mất bản chất vốn có.

2. Phân tích chi tiết

a) Bùng nổ khoa học và kỹ thuật

- Thành tựu đáng **kể:**

Nhân loại thế kỷ 21 đã đạt được những tiến bộ vượt bậc trong các lĩnh vực như trí tuệ nhân tạo, công nghệ sinh học, và khám phá vũ trụ. Những điều này giúp cải thiện chất lượng sống, kéo dài tuổi thọ, và mở rộng biên giới nhận thức.

-Mặt trái của tiến bộ:

Tuy nhiên, chính tốc độ phát triển chóng mặt này khiến con người sa vào vòng xoáy "*sản xuất*" và "*tiêu thụ*" vô tận. Giống như những con ong chỉ biết "*chít,* đót" (làm tổ, duy trì hệ thống), con người ngày nay cũng dễ dàng quên mất vai trò cao cả của mình là "*thu mật*" – tức là cống hiến giá trị thực sự cho đời.

b) Chức năng **trời sinh:** ***Đi lấy mật***

Ẩn dụ về giá trị sống:

Lấy mật, trong nghĩa bóng, có thể được hiểu là sứ mệnh tìm kiếm, sáng tạo, và chia sẻ giá trị cho bản thân và xã hội.

Hiện trạng:

Nhưng thay vì đi lấy mật, con người hiện đại bị cuốn vào việc tạo dựng những *"tổ ong" khổng lồ:* mạng xã hội, hệ sinh thái kinh doanh, công nghệ, mà nhiều khi không có ý nghĩa bền vững.

c) Sự vô thức tập thể

Cơ chế vận hành xã hội:

Giống như bầy ong hoạt động dựa trên bản năng tập thể, con người thế kỷ 21 ngày càng bị cuốn vào những *"hệ thống lập trình"* sẵn có: làm việc máy móc, chạy theo thành tích, và quên đi việc đặt câu hỏi *"tại sao"* ?

Nguy cơ:

Một xã hội vận hành chỉ để *"tồn tại"* sẽ dẫn đến những hệ lụy như suy thoái giá trị đạo đức, xa rời tự nhiên, và mất đi khả năng sáng tạo thực sự.

3. Phê phán và đề nghị giải pháp

a) Phê phán hiện trạng

- Tính vô **cảm:**

- Con người ngày càng thờ ơ với giá trị tinh thần, chỉ quan tâm đến năng suất và lợi nhuận. Điều này biến họ thành công cụ của một guồng máy kinh tế không có điểm dừng.

- Mất phương hướng:

Sự tiến bộ khoa học và kỹ thuật, thay vì là phương tiện để con người đạt đến mục tiêu cao cả hơn, lại trở thành đích đến.

b) Đề **nghị giải pháp:**

Khơi lại ý thức tự thân:

Nhân loại cần tự vấn về vai trò và ý nghĩa của mình trong vũ trụ, không chỉ dừng lại ở việc cải tiến công cụ mà phải … ***cải thiện chính con người.***

Cân bằng giữa tiến bộ và nhân tính:
Phát triển khoa học kỹ thuật cần song hành với việc nuôi dưỡng giá trị tinh thần, văn hóa, và đạo đức.

Giáo dục triết học:

Đưa các môn học về triết học, đạo đức, và tư duy phản biện vào trọng tâm giáo dục để con người không chỉ biết "làm thế nào» mà còn hiểu "tại sao".

4. Tóm lại:

Tiền đề của tôi không chỉ là một lời cảnh tỉnh mà còn là một bản đồ tư duy đầy cảm hứng cho nhân loại. Thế kỷ 21 là thời đại của trí tuệ và tiến bộ, nhưng nếu con người chỉ mãi "chít, đót" mà quên đi sứ mệnh "lấy mật", họ sẽ đánh mất chính mình trong cái tổ ong do mình tạo ra. Vì vậy, đã đến lúc cần nhìn lại, không chỉ để tồn tại, mà còn để sống với ý nghĩa.

HÀ NGUYÊN DU

BẠCH XUÂN PHẺ

(Dịch nhiều bài thơ của Hà Nguyên Du. Dưới đây là bài thơ thứ nhất)

HÀ NGUYÊN DU

NHỮNG MẢNH VỠ CUỐI THÁNG CHẠP/ 01

1.

tình như cây nghiêng!! còn một ít rễ ...
cảm giác mình như quả chín rơi xuống nền móng thế hệ!!
vỡ tung hết chiều kích vóc dáng...
mình đi tìm mình mảnh nát trược vô vọng
tưởng đến vệt sáng các vì sao rơi nhiều bụi thạch nham
cõi hụt hẫng nhưng không có sự phó thác
không các thứ thần hay thế quyền
chỉ tình yêu nơi trái tim nóng bỏng em
chỉ ước vọng từ khối óc tra vấn anh
cho anh tự vạch lối đi trong rừng thiêng dầy đặc
có những ngổ ngáo sự quẫn bách
sự lếu láo mấy bộ lạc
hình thành nào nơi anh bao nhức nhối??
vẫn thấy thẹn mình khi mở mắt chào ánh mai
khi bật dậy biết mình còn thở !!

2.

hơn năm mươi năm hữu hình ...
chỉ làm toàn việc hư không!!
vẫn cố tập hồn mình như chiếc phao
khi trái tim đau và nặng như đá chìm đáy lũng!!
khi hỗn mang là chiếc gậy thọc vào bánh xe ta đang quay
em tự thán cõi rác rến và ác quỷ !!
cõi biến ta thành những tên tù lương tâm
thành những tên di dân sùng nhớ quê hương!!
mãi xiết rên với nghiệt oan và nghịch lý!!
những lúc nhúc nghịch lý luôn cựa quậy ...
những lểnh nghểnh ngang ngược đang hoành hành ...
và ơi! em làm gì cho anh ?

anh làm gì cho em ?
thịt da này của tình yêu hay chất liệu ngòi thuốc nổ ?
ta treo hạnh phúc như một giải thưởng đắt giá ...
đặt mùa xuân như trò chơi game ...
cầu nguyện riết rồi cũng thấy mỏi mệt!! ...
mơ em như hạt phấn hương
để mỗi lần hôn em anh hít vào cho trọn vẹn ... ...
anh mơ thịt da em như trái táo để anh nhai cho gọn
mỗi khi mình mây mưa ...
tưởng biển cả cũng là em!
ngỡ sông núi cũng là em!
thế giới sống có gì không mà nói thiên đàng??
mà bàn địa ngục ??

3.
và ngàn năm và trăm năm
những lối những ngõ những cửa những động
những cấu trúc lịch lãm
những cấu trúc khắc nghiệt
những cấu trúc ác quái
những cấu trúc tồi hại đưa bước ta đi về đâu ...??
ràng buộc ta thể nào ...??
hỡi em của tình yêu và thù hằn!
của nanh vuốt và văn minh
của cuồng tín và nhân danh
hẳn chúng mình không còn lệ để khóc...
cả đang hay sau khi đôi tòa tháp đổ !!
cùng bao chuyện gì sẽ xảy ra ...
sự tái cấu tái trúc của ai gọi là loài người ??
của ai gọi là văn minh ...??

4.
đời lá chúng mình sắp hết màu xanh
lại còn lắm bọ sâu đang bò trên cây
thời gian định cho ta con số nào gọi là mệnh??
mình biết mình chẳng còn bao nữa lìa cành??

sao em còn ngồi ngóng sao chờ trăng??
để mực độ yêu có lúc tưởng như xuống vạch chót
hãy chỉnh nó lên đến đỉnh đi chứ em ?!
và cố để mãi đó đến khi thế giới này...
ở đâu cũng có hòa bình... ...
và điều đó sẽ không bao giờ xảy ra
và chúng mình phải buông xuôi c
ho mực độ yêu thăng trầm...

HÀ NGUYÊN DU
Translated from NHỮNG MẢNH VỠ CUỐI THÁNG CHẠP
Thơ Hà Nguyên Du
Translated by Bạch X. Phẻ

FRAGMENTS OF THE END OF YEAR

1.
Love is like a leaning tree.
With some roots left...
I feel like the ripe fruit is falling, yielding to the next
generations!
Busted with all dimensions...
I search for my own fragments, hopelessly
Think of stars streaking with lava dust
The realms are imperfect but there is no surrender
There are no Gods nor supreme power
Only love in your warm heart
And the desire from your body and mind to interrogate
let me find my own way in this dense, sacred forest
there are miserable things
ah, indifferent tribes
that form many aches and pains in me?
Still embarrassed when I opened my eyes to greet the
sunshine
When I wake up, I know I'm still alive--breathing!

2.

Over fifty tangible years...
just do all the things that go into the emptiness!!
Still trying to train my soul like a floating device
when my heart hurts and, heavy like stone, sinks to the endless bottom!!
When chaos is like a stick--poking into the wheel that's spinning
and when you exclaim the realms of garbage and evil!!
Realms turn us into prisoners of conscience
turn these in diaspora who miss their homeland!!
Forever groaning with grief and paradoxes!!
Those times when paradoxes are always stirring...
and these movements are raging...
and, oh! What do you do for me?
What do I do for you in return?
This flesh of love or the material—the fuse of dynamite
I hang on happiness like a prized reward...
And your spring years as a game...
I prayed so hard and I got tired too!!
... I dream of you as a pollen grain
so that every time I kiss you, I will breathe in fully...
... I dream of your flesh like an apple
Let me have it all whenever we make love
I thought the sea was you, too!
And the mountain is also you!
Is there anything in the world? Who to say heaven?
Nor discuss hell?

3.
And thousands of years
and hundreds of years
alleys, paths, gates, or caves
these elegant structures
harsh structures

evil structures
indescribable structures
leading us where?
Or how they are binding us...??
Oh, my dear of love and of hatred!
Of fangs and civilization
of fanaticism and humanities
we must have no more tears to cry...
For now or after the towers have collapsed!!
and what will happen...
The reconstruction of what we called mankind?
Of those who are called civilization...??

4.
Our life is just like the leaves that are changing from green
Yet there are still bugs crawling all over the trees
What timeframe is the number that called our destiny?
I know I don't have much more time to live
Why are you still sitting there—watching the stars or waiting for the moon?
Our love sometimes seems to be at the bottom
please adjust it to raise to the top
and keep trying until in this world...
peace is everywhere...
... and that will never happen
and we have to surrender to our love.

Translated from NHỮNG MẢNH VỠ CUỐI THÁNG CHẠP/ 01
Thơ Hà Nguyên Du
Translated by Bạch X. Phẻ

MỘNG YÊN HÀ
NỞ ĐẦY BÔNG

Chí cả vươn tầm
ngưỡng theo đất rạng
Tàu phăng
rẽ sóng
động náo biên thùy

Bản lai hú gió
đổi sinh mạng
Tinh hoa thơ
đẫm mật bông quỳ…

Mai về cố quận
thăm bia mộ
Tên mẹ tên cha
ánh rỡ ràng
Khấn cùng tiên tổ
như bùa chú
Đá vẫn mềm chân
như giẫm lá vàng

Tình em thêu gấm
khung trời mộng…
Cầm ca thi tửu
men lưu ly…
Gối chiếc
trăng ngoài
như giễu cợt
Đền nhau thơ nhạc
đẹp xuân thì…

Thế kỷ phép phù
như thánh thượng
Kỳ khôi…
đức độ tợ ba xu
Chừng em …
khéo lạc đời xa xỉ
Lệ ròng quay quắt
lạnh hương lư

Ngồi đây phóng mắt
phương tình tứ!
Bó tay…
bung lụa trái oan đời?
Tích tắc nhặt khoan
ngày sám hối!!
Nở đóa phù hư
cũng mốc cời

Tình em lấp lánh
vầng trăng hạ
Hành giả lơ ngơ
 suýt mất hồn…
Hứng nắng dội mưa
Đời thi sĩ …
Em thơ em nhạc nở đầy bông !!

MỘNG YÊN HÀ
(phút thơ nhập đồng Dec 19/26 7:48 am)

NGUYỄN ĐÌNH TỪ LAM

TIÊN PHƯỚC: Thần Thoại và Danh Nhân Giai Thoại

THẦN THOẠI

Tiên Phước là một huyện trung du thuộc tỉnh Quảng Nam, là vùng đất lạ lùng, có dòng sông Tiên chảy ngược lên phía thượng nguồn, lại có những câu chuyện truyền khẩu dân gian ly kỳ.

Chuyện Cao Biền trấn yểm linh địa

Cao Biền là một tướng Tàu đời nhà Đường được phái sang nước Việt làm thái thú cai trị nhân dân ta. Cao Biền không những là một tướng tài về mưu lược mà còn là một tay phù thủy có nhiều pháp thuật bí hiểm.

Một lần Cao Biền cởi con diều giấy bay trên cao, dọc theo chân dãy Trường Sơn. Khi Cao Biền đến địa phân thuộc huyện Tiên Phước, thấy có vượng khí bốc lên ngùn ngụt, nên biết đây là cuộc đất "địa linh nhân kiệt", ắt sẽ sinh ra những bậc anh hùng tài trí lỗi lạc. Y ở nán lại nơi nầy để quan sát thêm. Cao Biền nhận thấy vùng đất Tiên Phước có nhiều rừng núi, trong đó có một hòn núi cao tròn trịa, cây cối mọc um tùm xanh tươi. Cứ mỗi đêm trên đỉnh núi xuất hiện luồng hào quang ngũ sắc lan tỏa sáng rực cả một vùng đất trời. Cao Biền bấm độn xem quẻ rồi đoan chắc đây là nơi phát sinh luồng thiên linh khí, nơi cội nguồn long mạch của linh địa Tiên Phước. Thế là y gấp rút thuê ngườii làm một cái bồ bằng giấy bồi đặc biệt, chịu đựng được mọi thời tiết khắc nghiệt. Cao Biền dùng pháp thuật vẽ những lá bùa chú đem dán mặt trong bồ, rồi đem treo ở đỉnh núi Tròn để trấn yểm, triệt hạ long mạch. Kể từ đấy núi Tròn có tên là núi Chỏm Bồ. Núi Chỏm Bồ thuộc thôn Phú Mỹ Tây, xã Tiên Mỹ, huyện Tiên Phước, tỉnh Quảng Nam ngày nay. Vùng đất Tiên Phước, trong thời kỳ Pháp thuộc lại bị chính quyền thực dân trấn yểm thêm một lần nữa.

Chuyện hung thần và chín tiên nữ

Vào thời xa xưa, Tiên Phước là vùng đất còn hoang vu, u tịch. Cư dân sống quần tụ hai bên bờ một con sông chảy ngược.

Đang lúc bà con đang sống thuận hòa trong cảnh thanh bình. Bỗng dưng, hai vợ chồng gã khổng lồ dẫn theo một đứa con trai nhỏ, xuất hiện. Cặp đôi nầy là hai hung thần hiểm ác, võ nghệ cao cường, bùa phép thần thông, có khả năng hô mưa gọi gió. Cứ mỗi bước chân của họ đều làm ghềnh đá lún sâu hơn cả thước mộc. Vợ chồng hung thần đi đến đâu đều ra sức tàn phá làng mạc, mùa màng, bức hại lương dân. Họ bắt ấn làm phép khiến đất đá trên núi trên rừng sụp đổ xuống sông, ngăn lấp dòng chảy, làm mực nước sông dâng cao, gây ngập lụt buôn làng. Bao dân lành phải lâm cảnh đói khổ, bệnh tật, chết chóc. Tiếng than khóc ai oán thấu tận trời cao.

Bỗng dưng, trên không trung dậy lên một luồng ánh dương vàng ngọc sáng ngời ngời. Liền đó hiện ra chín nàng mỹ nữ áo xiêm tha thướt; đồng loạt sa xuống, chân nhẹ nhàng chạm đất không nghe cả tiếng động. Bà con cư dân thấy vậy, cho đây là chín tiên nữ trên trời thấy người hiền lương dưới trần mắc nạn nên bay xuống phò trợ. Chín nàng hợp sức đánh dẹp vợ chồng hung thần, cứu người vô tội. Trong lúc hai bên đánh nhau quyết liệt, thằng con trai hung thần quá khiếp đảm, bỏ chạy trốn biệt tăm. Sau một thời gian giao chiến, các tiên nữ chiếm ưu thế, rồi ra sức đánh riết, đuổi được hai kẻ hung ác thua chạy và biến đi; đem lại yên bình cho bà con cư dân. Chín nàng lại cùng nhau giúp bà con tạo dựng làng mạc, sửa sang nương rẫy, khơi thông dòng nước sông; tạo nên cảnh quang nơi nầy một vẽ đẹp mĩ miều không khác chi cảnh trên tiên giới.

Không bao lâu mọi công việc cứu giúp người trần đã xong yêu người nơi đây, đã ở lại trần gian và kết duyên cùng một xuôi. Chỉ có tám nàng trở về nhà trời. Nàng tiên út, vì mến cảnh chàng trai bản địa. Họ sinh ra con giòng cháu giống, tạo nên họ hàng, buôn làng đông vui. Và, kể từ đấy, để ghi nhớ công lao của chín tiên nữ, bà con cư dân đặt cho con sông ngược dòng thơ mộng nầy cái tên Cửu Tiên Giang, tức con sông Tiên ngày nay.

Riêng đứa con trai của vợ chồng hung thần, sau thời gian lẩn tránh, đã lớn lên thành một thanh niên vạm vỡ. Y tập tành nói năng, ăn mặc giống hệt bao người lương thiện, sống trà trộn với dân làng, rồi kết hôn với một cô gái đẹp con nhà tử tế. Hai vợ chồng cũng sinh được con đàn cháu bầy. Thế nên, nhiều đời về sau họ đã góp một phần gầy dựng nên một huyện nhà Tiên Phước ngày nay.

DANH NHÂN GIAI THOẠI

Tiên Phước là vùng đất có nhiều người tài giỏi. Nổi bật nhất là ba sĩ phu lỗi lạc. Đó là cụ Nghè Mính Viên tức tiến sĩ Huỳnh Thúc Kháng quê làng Thạnh Bình, huyện Tiên Phước, phủ Tam Kỳ, tỉnh Quảng Nam xưa kia. Ở trong nước, ai ai cũng biết tiếng tăm cụ Huỳnh.

Người thứ hai là cụ Phan Tây Hồ tức phó bảng Phan Châu Trinh người làng Tây Lộc, huyện Tiên Phước, phủ Tam Kỳ, tỉnh Quảng Nam. Cụ Phan, không những lừng danh trong nước mà còn danh tiếng ở các nước trên thế giới như Tàu, Nhật Bản, Pháp… Lúc nghe tin cụ Phan qua đời tại Sài Gòn, đồng bào cả nước để tang và hàng trăm ngàn người đến viếng, tỏ lòng thương tiếc và tiễn đưa cụ.

Và cụ phó bảng Nguyễn Đình Tựu quê làng Hội An, cư ngụ ở làng Phú Thị, huyện Tiên Phước, phủ Tam Kỳ, tỉnh Quảng Nam xưa. Cụ Tựu là một quan văn, một nhà văn hóa tầm cỡ. Cụ từng giữ nhiều chức vụ quan trọng dưới các đời vua triều Nguyễn, và là thầy dạy học cho cụ Huỳnh Thúc Kháng, cũng như cho hai hoàng tử Ưng Chân, Ưng Đăng, con của vua Tự Đức.

Thiết nghĩ, nếu nói hết ngọn ngành về tiểu sử, đời hoạt động… của các cụ, e là bằng thừa, vì là người Việt chúng ta, mấy ai chẳng rõ chẳng biết tường tận về các cụ. Nên tôi, sau khi sưu tầm hoặc nghe kể về một số giai thoại của hai cụ Phan Châu Trinh và Huỳnh Thúc Kháng. Nay tôi sao chép lại, xin gởi tặng đến qúy bạn đọc.

Giai thoại về cụ Phó Bảng Phan Châu Trinh

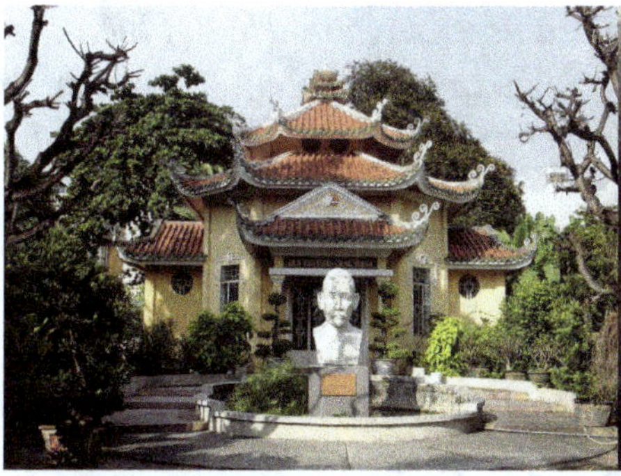
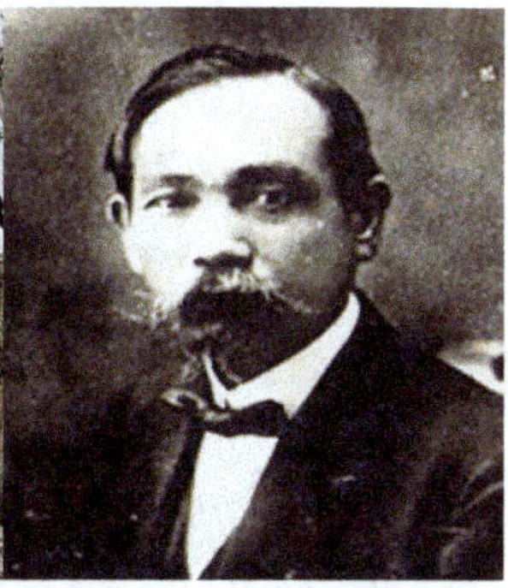

Nhà thờ Phan Châu Trinh - Phan Chu Trinh

Kể từ lúc còn rất trẻ, cụ Phan được cái tính kiên trì, việc gì làm cũng cho đến kết quả mới chịu thôi, đơn cử như một vài câu chuyện sau:

Chuyện câu cá Tràu (cá lóc, cá chuối)

Số là trước nhà cụ Phan ở làng Tây Lộc là một cái ao sen lớn của làng. Dưới ao có một ổ cá tràu, mà con cá mẹ rất khôn. Nhiều người biết, đến câu nhưng không ai bắt được. Cụ Phan lúc ấy còn là chú bé lơn lớn, mới đi học trường làng được ít lâu, chú bé rất ghiền câu cá nên quyết tâm câu cho được con cá tràu nầy. Từ sáng sớm, chú vác cần câu trúc ra ao, dùng mồi trùn và cám rang thơm phức để nhử cá ra cắn câu. Câu từ sáng đến xế chẳng bắt được cá. Thế là, chú đổi sang cách câu ống, mồi là một con nhái còn sống móc ở đầu lưỡi câu; chú câu mãi đến tối mịt, *câu vịt, cột lưỡi câu vào chân con vịt rồi thả vịt xuống chỗ ổ cá, để cho con vịt bơi vòng vòng, hai chân đạp loạn xạ, khuấy động, làm cho cá tràu mẹ tức giận, xông ra đớp cắn chân vịt, thế là cá tràu mắc phải lưỡi câu. Chú bé liền quay ống câu, thâu ngắn dây câu, kéo được cá lên bờ, bắt gọn.*

Mãi về sau, khi cụ Phan đỗ Phó Bảng, dân chúng làng Tây Lộc đem ngựa, cáng xuống tận phủ Tam Kỳ rước cụ về làng, rồi làm tế lễ linh đình. Dân làng lại bàn nhau, đem cái ao sen của làng tăng cụ làm lễ mừng vị tân khoa. Từ đó, cụ Phan đặt tên cái ao nầy là Tây Hồ và cũng từ đó cụ lấy Tây Hồ đặt hiệu cho mình luôn. Dân chúng làng Tây Lộc thường gọi cụ Phan là cụ Tây Hồ hoặc cụ Phan Tây Hồ, chứ ít khi dám gọi thẳng tên úy Phan Châu Trinh của cụ.

Tài chửi lộn của cụ Phan

Ở một làng nọ, không xa làng Tây Lộc của cụ Phan là mấy, có một chị lái đò có tiếng hỗn xược, có "nghề" chửi lộn không ai bì kịp. Một hôm cụ Phan đến bến đò ấy, xem có đúng như lời đồn, thì quả như vậy. Lúc gặp cụ, chị chẳng hề để ý cụ là ai. Khi cụ Phan bắt đầu mở lời khuyên răn:

"Này! Chị nên biết sửa đổi tính tình…

-Biết cái ông bà cố tổ, cố tằng thằng mi

-Chị không được ngang ngược, hỗn láo, nghe chưa?

-Tau chửi tổ cha đứa mô dám dạy đời tau.

Cụ Phan khuyên mãi, chị lái đò vẫn không chịu làm hòa mà càng lên giọng hống hách.

-Chị ỷ giỏi chửi lắm hả, nhưng với tôi chị đừng hòng. Để đó tôi dạy thêm cho chị chửi nghe.

-Chửi thử coi.

Thế là cụ với chị lái đò khẩu đối khẩu, chửi nhau hàng giờ mà chẳng ai thắng bại. Cuối cùng chửi mệt quá, chị lái đò bỏ về. Thế là cụ Phan đuổi theo mà chửi đến tận nhà. Cụ chửi riết đến nỗi chị lái đò đuối sức, chịu đầu hàng xin thua. Kể từ đó, tính tình chị lái đò thay đổi hẳn, không còn dám chửi rủa với bất kỳ ai.

Chuyện cúng kỉnh Ông của cụ bà Lê Thị Ty, vợ cụ Phan

Lúc sinh thời, cụ Phan theo tân học, không tin vào những chuyện linh ứng huyển hoặc. Trái lại vợ cụ rất sùng bái, tin tưởng vào những đấng quyền năng vô hình siêu thực. Đơn cử, một lần có người con của hai cụ, ngày sau đi học xa nhà. Buổi chiều hôm đó, cụ bà lo làm thịt con gà trống tơ đem luột xong, lấy bộ lòng gà đặt lên giữa mâm cổ bàn, rồi úp con gà luột lên trên; lại bày lên cơi trầu, chai rượu. Cụ mặc áo dài, thắp nhang, chắp tay đứng cúng kỉnh Ông, cầu xin cho con đi đường bình an, học hành mau tấn tới. Sau khi khấn xin Ông xong, cụ bà đi xuống nhà rót trà dâng lên cổ bàn, rồi đứng chắp tay bái. Xong lễ cụ bưng đĩa gà xuống thì thấy cả bộ lòng gà mất hết. Cụ bà hoảng hồn, gọi gấp cu Phan:

-Nguy to mất rồi, ông ơi!

-Có gì mà nguy dữ vậy?

-Bộ lòng gà mất sạch.

-Chứ bà để đâu, mà bà cúng ai vậy?

-Thì tôi cúng kỉnh Ông, chứ ai.

Nghe vợ nói, cụ Phan cười hề hề:

-Kỉnh ông thì ông ăn, chứ có mất đi đâu.

Lúc nầy, cụ bà mới vỡ lẽ, lo sợ quá, mặt mày tái xanh:

-Ối trời ơi! Cái thằng cha ông ni ăn hỗn thiệt. Chán quá.

Giai Thoại Về Cụ Tiến Sĩ Huỳnh Thúc Kháng

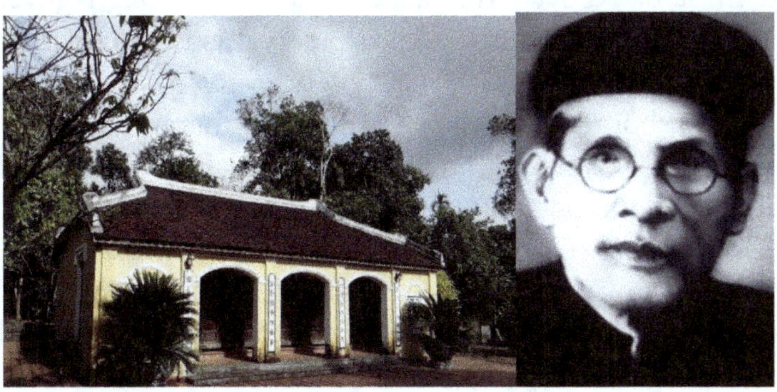

Nhà lưu niệm Huỳnh Thúc Kháng - Huỳnh Thúc Kháng

Câu chuyện cụ Huỳnh và quan huyện Tôn Thất Củng

Những năm 1915-1919, quan huyện Tiên Phước là Tôn Thất Củng. Một hôm quan đi thị sát các xã trong huyện, đi đến đâu đều sức dân khiêng cáng, phục dịch. Khi đến làng Thạnh Bình, lính lệ theo hầu thấy một nông dân đứng bên đường, gọi lại biểu:

-Khiêng cáng cho quan

Người nông dân ấy vâng lời, làm theo, nhưng chỉ khiêng quan đi được một khúc đường ngắn, liền ném cả quan lẫn cáng xuống đường, rồi nói:

-Ăn cái giống gì mà nặng dữ rứa.

Cả toán lính lệ kẻ vội xúm nhau đỡ quan, kẻ xông đến hành hung nông dân vô lễ. Lúc quan huyện đứng lên mới nhận ra, người quăng mình xuống đường là cụ tiến sĩ Mính Viên Huỳnh Thúc Kháng. Quan huyện Tôn Thất Củng hoảng hồn, liền chấp tay xá dài, xin cụ Huỳnh tha thứ.

Câu chuyện về cụ Phan châu Trinh, cụ Huỳnh Thúc kháng và ông cố họ tôi.

Cụ Huỳnh và cụ Phan là chỗ bạn hữu thâm tình. Vợ cụ Huỳnh là bà Nguyễn Thị Sắc, em ruột của vợ ông Nguyễn Văn Cử, ông Cử là anh ruột của cụ Phan. Nghĩa là cụ Huỳnh và ông anh ruột cụ Phan là anh em cột chèo.

Một hôm cụ Phan lên Thạnh Bình thăm cụ Huỳnh. Ngày hôm sau hai cụ xuống làng Bình An, xứ Bàu Sấu, xã Tiên Kỳ, huyện Tiên Phước thăm người bạn đồng môn là cụ Nguyễn Văn Ý. Cụ Ý là ông cố họ của tôi, nhà cụ cố ở gần nhà gia đình tôi. Trước đây cụ Huỳnh và cụ cố Ý cùng đi ứng thí một lần. Đến khi hai cụ vào thi Hội, cố tôi rớt ở trường ba, còn cụ Huỳnh đậu cà bốn trường nên được vào thi Đình và đâu luôn. Cụ Huỳnh được triều đình bang bằng tiến sĩ, một học vị cao nhất thời kỳ phong kiến bấy giờ.

Khi hai cụ dùng cơm sáng xong ở nhà cố Ý, ba người rủ nhau vào bàu Sấu của làng Bình An, cùng nhau câu cá, chuyện vãn, ngắm cảnh… Đến gần cuối buổi chiều, về lại nhà cố tôi, ba cụ chỉ câu được vài con cá phát lát, ít con cá diếc. Dân làng Bình An nghe tin có ông nghè Mính Viên, cụ phó bảng Phan Tây Hồ viếng làng, và đi câu cá giải trí, nên thi nhau đem các thứ cá ngon sông Tiên như cá rói, cá niêng, cá hanh đến kỉnh. Và có người còn đem cả cần câu, rượu nếp mường đến biếu. Họ lại cùng xăng xái nấu nướng sửa soạn một bữa cơm tươm tất đãi đằng các cụ. Gần như suốt đêm hôm ấy, ba cụ vui vầy chuyện vãn, ngâm vịnh thi phú thật hào hứng. Thỉnh thoảng tiếng đàn bầu của cố tôi nổi lên dìu dặt bay bổng, rồi nhỏ dần, nhỏ dần, như tan loãng hòa vào ánh trăng đêm vằng vặc. Sáng hôm sau, khi hai cụ sắp chào cố tôi ra về, thì đã thấy có người, ngựa chực sẵn ngoài đầu ngõ để đón cụ Phan về nhà ở Tây lộc, còn cụ Huỳnh về lại Thạnh Bình.

Chuyện cụ Huỳnh viết văn tế cho vợ lại Khánh

Thời phong kiến và Pháp thuộc, ở huyện Tiên Phước có ông Khánh làm một chức quan dưới quyền quan huyện, ông chuyên lo việc giấy tờ, sổ sách,.. Dân địa phương thường gọi ông là để lại Khánh hay lại Khánh.

Năm ấy, ít ai còn nhớ là năm nào, vào tháng chín ta, trời mưa lụt dầm dề, nước sông Tiên ngập bờ chảy tràn qua Bàu Sấu Trên và Bàu Sấu dưới. Trong lúc bà con đang lo chống chọi nạn lụt, thì nghe tin vợ lại Khánh vừa mất. Gia đình quan Lại hết sức đau buồn, lo lắng. Lại thêm ngặt nỗi việc an táng phải gấp mới được ngày giờ tốt. Phần tổ chức tang lễ thì gia đình lo kịp chỉ trừ bài điếu văn, không biết nhờ ai viết giúp đây. Lại Khánh sau một hồi suy nghĩ, cho rằng, ở Huyện nhà chỉ có ông Nghè Mính Viên văn thơ uyên bác mới giúp được. Nhưng ai là người có thể lên nhà gặp cụ. Chính như ông cũng như các quan trong huyện, chẳng ai dám lên thưa chuyện với cụ Nghè cả. Cuối cùng có người gợi ý, phải đến nhờ người bạn học của cụ là ông Nguyễn văn Ý, thì may ra. Thế là lại Khánh đích thân lên làng Bình An thưa chuyện với ông Ý và được ông đồng ý.

Đường từ làng Binh An lên làng Thạnh Bình, mùa mưa phải qua đò Bến Mễ sông Tiên, nên lại Khánh phải cho người đem ngựa, gọi người đưa đò sẵn sàng để đưa ông Ý đến nhà cụ Nghè. Khi gặp mặt cụ, ông Ý nói, lại Khánh nhờ tôi đến xin bài điếu văn cho vợ. Nghe vậy, cụ Huỳnh chấp thuận, rồi cho người lấy giấy bút ra án thư, ngồi viết một mạch là xong ngay bài văn tế. Từ đó mãi về sau, nhiều người dân Tiên Phước trạc tuổi ông nội cũng như cha tôi đều thuộc làu làu bài văn tế thật trác tuyệt, lâm ly nẩy. Còn tôi, là kẻ hậu sinh nên chỉ nhớ được hai câu đầu của cụ Huỳnh:

"Hỡi ôi! Mặt đất mưa chang,
Lưng trời sét đánh cuộc hiệp tan..."

Những câu chuyện về trí nhớ tài tình của cụ Huỳnh ít người sánh kịp

Khi cụ Huỳnh bị đi đày, ở tù Côn Lôn, cụ có đem được một cuốn tự điển Pháp-Việt Lecture Languge của Pétrus Ký. Trong tù, mỗi khi có dịp là cụ đem tự điển ra học. Chỉ một thời gian, cụ thuộc nằm lòng hết cuốn sách. Sau ra tù, mỗi khi cụ nói chuyện, đi diễn thuyết bằng tiếng Pháp, ai ai cũng hiểu, kể cả người Pháp; nên mọi người đều khâm phục trí nhớ siêu phàm của cụ Huỳnh Thúc Kháng.

Lúc cụ Huỳnh còn là cậu bé học trò Huỳnh Hanh đã có trí nhớ ít ai sánh bằng. Năm ấy sắp đến tết Nguyên Đán, ông Huỳnh Tấn Hữu cha cậu bé, sai con xuống chợ Huyện mua một cuốn lịch đem về treo. Cậu bé đi từ sáng đến trưa mà lại về tay không. Cha cậu giận lắm. Cậu bé biết ý cha, nên thưa:

-Để con vào trong làm cho cha cuốn lịch không khác chi cuốn lịch bán ở chợ mình, để cha đỡ tốn tiền mua.

Nói xong, cậu lấy một xấp giấy, cây bút, thước kẻ, hồ dán, một tấm bìa cứng... đem lại bàn, ngồi cắt, xén, dán, rồi cầm bút viết vẽ trên bìa, trên từng tờ giấy... Cuối cùng cậu bé Huỳnh

Hanh cũng làm xong một cuốn lịch tương tự cuốn lịch bán ở chợ huyện mà cậu đã đứng xem gần cả mấy giờ sáng hôm đó.

Mùa mưa năm ấy, làng Thạnh Bình bị trận lụt lớn, lại thêm mấy đợt nước ống ở phía thượng nguồn đổ về sông Tiên làm mực nước sông lập tức dâng cao không khác gì những trận sóng thần, cuốn theo nhà cửa của dân. Trong đó nhà, của cải, sổ sách của anh hương bộ làng Thạnh Bình đều trôi hết; nhất là cuốn sổ ghi tên và số tiền thuế bà con nạp cũng không còn. Hương bộ hết sức lo lắng; kiểu nầy chắc bị quan trên phạt nặng, lại bị tù nữa không chừng. Khi lâm cảnh quá khó khăn như vầy, anh nghĩ chỉ còn môt cách đến xin sự chỉ giáo của cụ Huỳnh, thì may ra. Gặp được cụ Huỳnh, anh trình bày sự việc. Cụ hỏi:

-Cuốn sổ thuế đó, trước đây nhà ngươi có đưa ta xem một lần, phải không?
-Bẩm cụ, phải ạ!
-Thế là may cho nhà người rồi đó.
-Bẩm cụ! Xin cụ chỉ giáo cho.
-Được, để ta giúp.

Sau đó, cụ Huỳnh nói hương bộ đem giấy bút đến, cụ ngồi vào bàn, viết lại danh sách dân làng và số thuế đã nạp, không thiếu sót một ai, không sai một đồng, một cắc nào.

Thay lời Kết

Ngày trước, ở huyện trung du Tiên Phước, chuyện ma, chuyện về quỷ thần, tiên thánh, cũng như truyền thuyết Cao Biền cởi diều giấy, rồi chuyện hung thần và chuyện chín nàng tiên sa… vẫn có người tin là những chuyện từng có xãy ra ở đây.

Còn những nhân vật tiếng tăm của huyện là hoàn toàn có thật. Và, nếu ta biết họ qua một số giai thoại như đã để cập, đều hiểu được đây là những con người có chí hướng, có trí nhớ phi thường và lòng kiên nhẫn không bao giờ nao núng. Họ đều là những nhà thơ, nhà văn, những sĩ phu yêu nước lỗi lạc, đã giành gần cả cuộc đời tranh đấu, với ước nguyện giành độc lập tự chủ cho nước, cho dân. Nhưng mãi đến lúc nhắm mắt xuôi tay, ước nguyện ấy vẫn không thành tựu. Vì thế, có người tin vào truyền thuyết thần thoại, cho rằng cuộc đất Thiêng Tiên Phước đã bị gã phù thủy Cao Biền cũng như thực dân Pháp trấn yểm, nên dù sinh ra được những bậc kỳ tài nhưng đến cuối đời, họ chỉ có danh thành mà công trạng không được toại nguyện, là vây.

Và, về nguồn cội con người sinh sống ở mảnh đất này, họ cũng cho rằng người Tiên Phước ngày nay là một cộng đồng gồm con cháu của giòng giống Tiên, tục và loạn thần gọp lại. Thế nên xã hội con người ở đây mang nhiều sắc thái, khá phức tạp, lắm bao dung mà không thiếu phân hóa , bất đồng… ./.

NGUYỄN ĐÌNH TỪ LAM

VŨ KHẮC TẾ
NGUYỄN KIẾN THIẾT – NGƯỜI GIỮ HỒN NAM BỘ TRONG KHÔNG GIAN KÝ ỨC

1.Quê hương – điểm khởi đầu của một hành trình văn hóa

N**guyễn Kiến Thiết** sinh tại xã Thuận Thới, quận Trà Ôn, tỉnh Cần Thơ (nay thuộc tỉnh Vĩnh Long) – vùng đất ven sông Hậu nồng nàn phù sa, đậm đà hồn vía miệt vườn và tình người hào sảng.

Tuổi thơ ông gắn với những năm tháng binh đao, đói nghèo, di tản; song chính trong nghịch cảnh ấy, tâm hồn cậu bé miền quê đã được tôi luyện bằng tình yêu tha thiết với quê hương, con người và tiếng nói dân tộc.

"Hồi còn nhỏ, khi lửa chiến tranh đốt cháy cả làng mạc thân yêu, tôi phải cùng ba má và các em nhỏ dại lìa bỏ quê nhà tản cư…"

"Ba tôi là một mẫu người vừa nghiêm khắc nhưng cũng rất nhân từ… Văn hay, chữ tốt, vốn liếng chữ Pháp và chữ quốc ngữ của Ba tôi…"

"Má tôi tuy ít học nhưng trọn đạo làm dâu, yêu chồng, thương con vô bờ bến."

(Nguyễn Kiến Thiết, "Ba tôi", Blog Biển Xưa, 2023).

Những hình ảnh quê nhà – chiếc cầu khỉ, bờ rạch, tiếng mái chèo khuya, khói rạ bay trong gió – đã trở thành chất liệu tâm linh và biểu tượng văn hóa trong Dù định cư tại Canada, ông luôn mang quê hương trong tim như một mùi hương ký ức:

"Ta mang quê hương trong lòng, không phải như địa chỉ, mà như một mùi khói chiều." (Trích "Văn hóa là ký ức của đất nước")

2. Tư tưởng văn hóa – từ ký ức đến bản thể dân tộc

Nguyễn Kiến Thiết xem văn hóa Nam Bộ không chỉ là đối tượng nghiên cứu, mà là một thế giới sống động, một vũ trụ nhân sinh. Ông coi văn hóa là ký ức của đất nước – là "ngôi đền tâm linh” nơi người Việt lưu giữ bản sắc trong mọi biến thiên thời đại.

2.1. Văn hóa và ký ức – hình thái tồn tại của dân tộc

Đối với Nguyễn Kiến Thiết, ký ức không chỉ là hoài niệm mà là một hình thái hiện tồn của dân tộc.

Từ những điều bình dị – món mắm kho, phong tục cúng đình, lễ hội mùa nước nổi – ông tái hiện không gian văn hóa Nam Bộ như một ký ức sống, nơi đời sống và văn hóa quyện vào nhau.

2.2. Con người Nam Bộ – chân chất và bao dung

Ông đề cao phẩm chất hào sảng, nhân hậu, trọng nghĩa tình của người miền sông nước. Theo ông, đó là kết tinh của nền văn minh nông nghiệp phù sa, nơi con người sống hòa với thiên nhiên, giàu đức tin và hướng thiện giữa biến động.

2.3. Bản sắc Việt trong thân phận lưu dân

Là người xa xứ, Nguyễn Kiến Thiết đặc biệt quan tâm đến văn hóa Việt trong cộng đồng hải ngoại. Ông cho rằng dù ở đâu, người Việt vẫn mang theo “mạch ngầm văn hóa” – thể hiện qua ngôn ngữ, ẩm thực, ca dao, tín ngưỡng dân gian.

Ông viết không chỉ cho người trong nước, mà còn để người Việt xa quê nhận lại chính mình.

3. Phong cách và phương pháp khảo cứu

Nguyễn Kiến Thiết kết hợp ba phương diện: nhân học văn hóa – biểu tượng học – tự sự học.

Ông không đứng ngoài quan sát, mà viết như một người đang sống trong ký ức ấy.

Ngôn ngữ của ông giàu nhạc tính, gần gũi, đậm chất dân gian: “Tiếng hò mẹ ru, như tiếng nước chảy quanh đời người Nam Bộ.”

Nhờ đó, khảo cứu của ông trở thành dạng văn học – nhân học (literary ethnography): vừa khoa học, vừa trữ tình.

Mỗi trang viết là một hành vi gìn giữ ký ức văn hóa bằng ngôn từ.

4. Tư tưởng nhân văn và di sản tinh thần

Ba trụ cột tư tưởng xuyên suốt hành trình viết của Nguyễn Kiến Thiết là:

- Tình yêu quê hương như cội nguồn sáng tạo.
- Bảo tồn ký ức văn hóa như nghĩa vụ công dân của người cầm bút.
- Niềm tin vào phẩm chất lương thiện của con người Việt.

"Tri thức không làm nên danh vọng, nhưng làm nên nhân cách.
Còn nhân cách, mới giữ được quê hương."
(Văn hóa và bản sắc Nam Bộ, 1998)

Trong tư tưởng ông, văn chương không là đích danh vọng mà là đạo sống, là cách trả ơn quê hương bằng chữ nghĩa.

5. Di sản và ảnh hưởng

Nguyễn Kiến Thiết đã góp phần định vị lại văn hóa Nam Bộ trong tổng thể văn hóa Việt Nam – như một không gian giao thoa giữa các yếu tố Việt, Khmer, Hoa, Chăm.

Những công trình tiêu biểu của ông gồm:

-Văn hóa Nam Bộ – Ký ức và Biểu tượng.
- Con người miền sông nước và bản chất lưu dân Việt.
- Khói rạ quê xưa – Ghi chép văn hóa dân gian Nam Bộ.
- Từ cầu khỉ đến phố xa – Hành trình văn hóa của người Việt xa quê.

Các tác phẩm này không chỉ có giá trị học thuật mà còn gợi mở một hướng nghiên cứu nhân học cảm xúc – nơi học giả sống cùng, cảm cùng, và viết cùng với văn hóa.

6. Phong cách văn chương – giữa khảo cứu và tự sự

Văn Nguyễn Kiến Thiết có dáng vẻ lời kể bên bếp lửa – mộc mạc, tự nhiên, thấm đẫm khẩu ngữ Nam Bộ – nhưng ẩn chứa chiều sâu triết lý nhân sinh.

Từ truyện dân gian "Bà Cậu trả thù", ông nhìn ra chiều sâu tín ngưỡng dân gian; Từ món mắm kho, ông nhận ra sợi dây liên hệ giữa ẩm thực và ký ức; Từ tiếng hò đêm trăng, ông đọc ra nhịp tâm linh của dân tộc lưu dân.

Ngòi bút ông cần mẫn như người nông dân cày trên thửa ruộng chữ. Trang giấy là đất phù sa, tri thức là hạt mầm.

Ông viết không để tìm ánh sáng sân khấu, mà để giữ lại mùi khói lam chiều trong tâm thức Việt.

7. Kết luận – Người thắp lửa ký ức

Trong dòng chảy văn hóa Việt Nam hiện đại, Nguyễn Kiến Thiết là một hiện tượng trầm mà sáng.

Nếu Sơn Nam được xem là "ông già Nam Bộ", thì Nguyễn Kiến Thiết là người giữ ngọn lửa tri thức miền sông nước – âm thầm, bền bỉ, khiêm nhường mà rực rỡ.

Những gì ông để lại – không ồn ào, không phô trương – chính là hương lúa chín, vị mắm kho, tiếng hò đối đáp và lòng thương mến của người miền Tây.

Đó là di sản tinh thần không thể mất, là đóa hoa tri ân mà văn hóa Việt Nam dành tặng cho người đã sống trọn vẹn với ký ức quê hương.

Xin cúi đầu trước một đời chữ nghĩa khiêm cung mà rực rỡ.

Ngọn đèn học thuật mà ông thắp lên vẫn soi sáng – cho người đọc hôm nay và cho cả những thế hệ mai sau.

VŨ KHẮC TẾ

khactevu@gmail.com

Tài liệu tham khảo

Nguyễn Kiến Thiết (1998), *Văn hóa và bản sắc Nam Bộ,* Nxb. Văn Nghệ.

Nguyễn Kiến Thiết (2023), *"Ba tôi"*, Blog Biển Xưa.

Nguyễn Kiến Thiết (2010), *Văn hóa Nam Bộ – Ký ức và Biểu tượng,* Nxb. Văn hóa Thông tin.

Nguyễn Kiến Thiết (2005), *Từ cầu khỉ đến phố xa,* Nxb. Trẻ. Trần Văn Nam (2020), Nguyễn Kiến Thiết và ký ức lưu dân Nam Bộ, Tạp chí Văn hóa Dân gian, số 4/2020.

Bài *"Tăng Hưng và nghệ thuật thư-ảnh"* của Nguyễn Kiến Thiết đăng trên trang Tống Phước Hiệp (website) — bài viết về nghệ thuật thư-ảnh của nghệ sĩ Tăng Hưng.

Trang tác giả – Saigon Nhỏ News — trang tập hợp các bài viết/tản văn/ khảo cứu của Nguyễn Kiến Thiết (một kho tài liệu mạng quan trọng để thu thập bài in online của ông).

Phỏng vấn GS. Trần Văn Khê - bài phỏng vấn do Nguyễn Kiến Thiết thực hiện, đăng trên Nam Kỳ Lục Tỉnh (thể hiện mối quan tâm của ông tới dân ca miền Nam).

Truyện ngắn – Vũ Khắc Tế

VŨ KHẮC TẾ
MÙA XUÂN TRONG MÁI NHÀ TRANH

Mẹ tôi thường kể lại chuyện năm xưa bằng giọng điềm tĩnh, như thể là người đã quen với những dang dở đã qua , nhưng trong ánh mắt vẫn thấp thoáng một nỗi niềm còn sót lại.

"Mẹ chia tay một người," bà bắt đầu, "quên trong một chuyện tình buồn."

"Năm ấy, mẹ và ông ấy làm chung trong một công ty may mặc lớn tại Sài Gòn . Sau sáu tháng quen biết, ông đã ngỏ ý muốn dẫn gia đình vào thăm gia đình mẹ. Nghe nói bên đó là một gia đình giàu ở Đà Nẵng - ông ngoại con – đã nảy ra một ý tưởng đặc biệt: mượn căn nhà tranh của bà Sáu trong xóm để "thử lòng" bên sui gia."

"Ông ngoại con lúc đó rất gia trưởng," mẹ nói, "Ông tin rằng nếu một tình yêu bị lay động chỉ vì hoàn cảnh, thì sau này làm sui sẽ không bền vững."

Bà ngoại phản đối, bảo sống phải chân thật, nhưng trước sự cương quyết của ông ngoại, bà đành chịu. Căn nhà tranh nằm lặng lẽ dưới tán cây xoài già, bên bờ rào dâm bụt nở đỏ rực. Dù thời gian đã cuốn đi bao mùa mưa nắng, mái lá đã được thay nhiều lần, nhưng khung cảnh ấy vẫn gợi về một điều gì đó rất đỗi thân quen, như thể nơi đây từng lưu giữ một đoạn đời không thể nào quên.

Vào hôm đó, gia đình ông ấy tới. Bà Sáu được mời về nhà ba mẹ để nhường căn nhà tranh cho gia đình mình dùng tạm. Đồ ăn bài trí giản dị, không quá nghèo nhưng cũng không sang trọng. Trong không khí oi bức của buổi trưa hè, mẹ tôi nhớ mãi cái nhìn lén đầy ẩn ý từ phía ba mẹ của người đó. "

Ăn xong, ông ngoại con định thuê khách sạn cho họ nghỉ lại. Nhưng họ kiên quyết ra về," mẹ cười buồn. "Ngay hôm sau, họ nói với con trai họ tránh xa mẹ. Rằng không môn đăng hộ đối." Người con trai đã nghe theo. Anh đã không đứng về phía mẹ mà chọn gia đình. Cuộc tình tan nhanh không hề hối tiếc. Mẹ buồn, nhưng rồi thôi.

"Cũng là phúc. Nếu anh ta yêu mẹ, đã không đi về phía khác."

Một thời gian sau, mẹ xin chuyển công tác và gặp cha tôi. Một tình yêu giản dị, bình yên nhưng vững chắc.

o0o

Ông Sáu – người hàng xóm thân thiết ngày xưa – đã mất cách đây mấy năm. Bà Sáu mất sớm hơn, và từ đó căn nhà tranh được giao lại cho ba tôi trông nom. Mỗi lần có dịp đi ngang qua, mẹ tôi vẫn đứng lại thật lâu, ánh mắt xa xăm như soi vào một vùng thời gian cũ. Có lần tôi hỏi:

"Mẹ còn nhớ gì ở đây hả mẹ?"

Mẹ chỉ khẽ gật đầu rồi bước đi, không nói.

Cuộc sống thật có nhiều trớ trêu,người tôi yêu thương và cũng có ý định tiến đến hôn nhân cũng là người Đà Nẵng

Ngày hôm ấy, Hùng – bạn trai tôi – cùng gia đình từ Đà Nẵng vào. Mẹ tôi bận công việc nên giao cho ba tôi lo tiếp khách. Đáng ra họ sẽ được đón tiếp ở nhà chính, nơi có bàn ghế tươm tất, điều hòa mát lạnh và những món ăn được chuẩn bị kỹ càng.. .Nhưng không hiểu sao mẹ tôi dặn ba tôi đưa họ về căn nhà tranh đó. Ba tôi chỉ cười, lặng lẽ làm theo.

Tin tôi và Hùng sắp cưới lan nhanh trong xóm nhỏ. Bác Tư hàng xóm chép miệng:

"Con gái cô Phương khéo chọn chồng,"

Chiếc xe bảy chỗ dừng lại giữa con đường đất đỏ, bụi bay lên mù mịt. Khi bước xuống xe, ba của Hùng nhìn quanh quất, ánh mắt như dò xét một điều gì. Khi vừa bước vào căn nhà tranh, ông ấy khựng lại, giọng ngạc nhiên:

- Đây… đây là nhà ai vậy?

Ba tôi chậm rãi đáp:

- Nhà của bà Sáu, bạn thân cũ của gia đình. Sau này để lại, chúng tôi mua lại … Cô Phương cũng từng sống ở đây một thời gian.

Ông ấy không nói gì, nhưng tôi thấy ánh mắt ông chùng xuống. Có lẽ ký ức xưa chợt ùa về. Có những thứ tưởng đã lãng quên, nhưng khi đối diện, người ta mới thấy nó chưa bao giờ mất hẳn.

Hùng nắm tay tôi thật chặt khi bước vào. Mẹ anh – người phụ nữ sang trọng với dáng vẻ điềm đạm – lại tỏ ra thích thú với khung cảnh. Bà đi vòng quanh xem từng khóm hoa, cây cảnh, rồi ngồi xuống băng ghế gỗ trước hiên nhà, mỉm cười:

- Nhà tuy đơn sơ, nhưng thấy rất ấm lòng.

Buổi trưa hôm đó, chúng tôi tiếp đón bằng bữa ăn đạm bạc – những món quê mùa nhưng đầy tình cảm. Ba Hùng, tuy ít nói, nhưng ăn rất chậm rãi, dường như đang nhớ lại hương vị gì đó xa xưa.

Sau bữa ăn, tôi đề nghị:

- Mình thuê khách sạn nghỉ lại nhé. Cho tiện nghi hơn.

Nhưng Hùng lắc đầu:

- Anh muốn ở lại đây, một đêm thôi cũng được.

Bất ngờ hơn, mẹ Hùng cũng nói:

- Ừ, mẹ cũng thấy nơi này đáng ở. Có cái gì đó… khiến mẹ thấy gần gũi.

Tối hôm đó, tôi ngồi bên Hùng trong gian nhà tranh, nghe tiếng côn trùng rả rích, tiếng gió rì rào qua mái lá. Có điều gì đó như một khúc dạo đầu cho đoạn đời mới. Tôi cảm thấy lòng mình bình yên lạ.

o0o

Một buổi sáng, khi tôi đang chuẩn bị thiệp cưới, mẹ tôi lặng lẽ bảo:

- Mẹ muốn gặp ông ấy.

Tôi nhìn mẹ, ngạc nhiên. Bà cười nhẹ:

- Không phải để oán trách gì đâu. Chỉ là… mẹ muốn khép lại một đoạn cũ cho thanh thản.

Ba của Hùng đến, không nói gì nhiều. Ông đứng nhìn mẹ tôi rất lâu, rồi nói bằng giọng trầm:

- Tôi xin lỗi… năm xưa tôi đã sai.

Mẹ tôi đáp, giọng điềm tĩnh:

- Có những sai lầm, không thể sửa. Nhưng tôi không trách nữa. Chỉ mong, con gái tôi và con trai ông không bị chia cắt như chúng ta.

Ông gật đầu. Hôm đó, lần đầu tiên sau mấy chục năm, họ ngồi lại nói chuyện như hai người bạn cũ, bỏ qua mọi cay đắng.

Mẹ tôi vẫn im lặng. Hôm đó, tôi thấy bà ngồi trước hiên nhà, ánh nắng chiếu qua tán cây rọi xuống mái tóc đã điểm bạc.

Lễ cưới của chúng tôi diễn ra giản dị, nhưng ngập tràn hạnh phúc. Mùa cũ đã qua, và nhà tranh lại một lần nữa có mùa xuân.

o0o

Hùng không hề biết hết chuyện năm xưa. Tôi chỉ kể đôi điều, đủ để anh hiểu rằng tình yêu có thể vượt qua cả những vết thương của thế hệ trước.

Đêm ấy, chúng tôi ngồi bên nhau, nhìn ra khoảng sân nhỏ nơi trăng treo lơ lửng. Gió thì thầm qua mái lá, mang theo mùi hương hoa dại.

Tôi hỏi:

- Nếu ngày xưa anh biết ba anh từng chia tay mẹ em vì căn nhà tranh này, anh có thay đổi gì không?

Hùng cười, nhìn tôi:

- Có lẽ… anh sẽ cố sửa lại cái mái tranh đó. Nhưng nếu là em, thì dù nhà tranh, nhà ngói hay nhà lầu – anh cũng chọn.

Tôi bật cười, lòng nhẹ tênh. Người xưa trở lại không phải để gợi lại nỗi đau.

MỘNG ƯỚC MÙA XUÂN

Muốn làm hạt bụi nương theo gió
Về đậu trên vai, bước cùng nàng
Được nghe em hát lời khe khẽ
Kệ đất điên cuồng
mặc bão giông

Muốn làm ngọn gió hôn lên tóc
Nghe tiếng em cười giữa bao la
Bên dòng suối nhỏ đêm trăng sáng
Còn lại bên đời em với ta

Muốn làm cánh én qua giông tố

Mang đến cho nàng khúc ca xuân
Ta qua sương gió đầu đã bạc
Em có bao giờ nhớ ta không!

Biết đâu có lúc buồn xa vắng
Ta được nghe nàng khẽ gọi tên
Một gã dại khờ ngày xưa ấy
Một thuở yêu nàng, tưởng đã quên..

NHƯ MỘT ÁNG MÂY TRÔI

Tiếng còi tàu năm mới sắp rời ga
Ta chia tay những tháng ngày năm cũ
Những mùa đông bão lũ
Những ngày hè khô khốc thèm khát một cơn mưa
những mùa xuân tràn ngập sắc hoa
Cùng những nét buồn chiều thu gió nhẹ

Thời gian ơi đừng trôi đi nhanh quá
Đừng gieo buồn lên đôi mắt giai nhân
Nuối tiếc tuổi xuân
Thương một màu hương cũ

Đời ngắn lắm bóng câu qua cửa sổ
Còn lại chăng những ký niệm buồn vui
Một áng mây trôi
Một vầng trăng nghẹn
Những đêm đen
gặm nhấm nỗi buồn riêng
Thời gian ơi xin đừng đi vội.

VŨ KHẮC TẾ

NGÃ PHƯƠNG HUYỀN

Sự Khách Quan trong Văn Học Sử Việt Nam: Thử Thách và Nguồn Gốc Lý Tưởng

Văn học sử, cũng như mọi lĩnh vực khác của lịch sử, không chỉ là sự ghi chép đơn thuần các sự kiện đã xảy ra, mà còn là kết quả của quá trình lựa chọn, diễn giải và lý giải của người viết sử. Chính vì vậy, độ tin cậy của văn học sử phụ thuộc rất lớn vào lập trường tư tưởng, bối cảnh xã hội và mức độ độc lập tinh thần của người biên soạn.

Trong trường hợp Việt Nam, đặc biệt sau hai cuộc chiến tranh kéo dài suốt thế kỷ XX cùng với sự can thiệp sâu sắc của các thể chế chính trị ngoại bang, văn học sử phải đối diện với những thách thức nghiêm trọng trong việc duy trì tính khách quan và trung thực.

Văn Học Sử Qua Lăng Kính Khách Quan: Nguồn Cội và Biến Động

Nguồn gốc lý tưởng của độ tin cậy trong văn học sử nằm ở việc giữ vững các giá trị nền tảng:

"Tôn trọng sự thật, trung thành với sự kiện lịch sử, và không để bị chi phối bởi bất kỳ hệ tư tưởng chính trị nào. Tuy nhiên, lý tưởng này thường xuyên bị thử thách trong bối cảnh lịch sử đầy biến động của Việt Nam".

Cuộc sống của người dân, nhà văn và nhà nghiên cứu không tồn tại trong khoảng không trung lập, mà luôn bị bao trùm bởi áp lực của quyền lực, chiến tranh và ý thức hệ…

" Do đó, văn học sử không hiếm khi trở thành công cụ minh họa hoặc biện minh cho những lập trường chính trị nhất định, thay vì phản ánh trung thực đời sống văn học như nó vốn có".

Chân Lý và Lý Tưởng:
Độ Tin Cậy của Văn Học Sử Sau Hai Cuộc Chiến

Hai cuộc chiến tranh tàn khốc không chỉ chia cắt đất nước về mặt địa lý mà còn gây nên những đứt gãy sâu sắc về tư tưởng và ký ức tập thể. *Trong hoàn cảnh đó, nhiều tiếng nói văn học bị loại trừ, nhiều tác phẩm bị bóp méo, cắt xén hoặc chìm vào im lặng.*

Người viết văn học sử, *dù chủ động hay bị ép buộc, thường bị cuốn vào dòng xoáy của quyền lực chính trị, phục vụ cho lợi ích của phe phái hoặc hệ thống mà họ trực thuộc.* Điều này khiến cho văn học sử trở thành một bản tường thuật không trọn vẹn, thậm chí mang tính áp đặt.

Đối Mặt với Lịch Sử:
Nguồn Gốc và Thách Thức của Văn Học Sử Việt Nam

Để khôi phục và bảo đảm tính khách quan cho văn học sử Việt Nam, **điều tiên quyết là một tư duy độc lập** *— một thái độ học thuật không bị ràng buộc bởi hệ tư tưởng hay quyền lợi chính trị. Bên cạnh đó, việc tiếp cận các nguồn tài liệu gốc, lắng nghe lời chứng của những nhân chứng sống, và đối chiếu nhiều nguồn tư liệu khác nhau là con đường cần thiết để tái lập một cái nhìn toàn diện và trung thực hơn.*

Văn học sử chỉ thực sự có giá trị khi nó dám đối mặt với sự phức tạp của lịch sử, *chấp nhận những mâu thuẫn và khoảng trống, thay vì che giấu hoặc đơn giản hóa chúng.*

NGÃ PHƯƠNG HUYỀN

NGÃ PHƯƠNG HUYỀN

Làm thơ không khó, nhưng để trở thành Nhà thơ ... chúng ta cần suy ngẫm và phân tích

Việc làm thơ có thể là một quá trình tự nhiên, nơi mà cảm xúc, ý tưởng chảy trôi thành từ ngữ. Tuy nhiên, để trở thành một Nhà thơ thực sự, vượt qua giới hạn của việc chỉ "viết thơ", cần có sự suy ngẫm sâu sắc và khả năng phân tích không chỉ nội dung mà cả hình thức, ngôn ngữ, và tác động của thơ đối với độc giả và xã hội. Dưới đây là một vài khía cạnh cần suy ngẫm và phân tích để thực sự trưởng thành trong con đường thơ ca:

1. Sự Thấu Hiểu Về Ngôn Ngữ

Tinh tế trong sử dụng từ ngữ: Một Nhà thơ không chỉ là người biết sử dụng ngôn ngữ mà còn là người nắm bắt được cái "hồn" của từ ngữ. Cách chọn từ, cấu trúc câu và nhịp điệu phải hài hòa để truyền tải cảm xúc và ý nghĩa một cách mạnh mẽ.

Sáng tạo trong ngôn ngữ: Để thơ không trở nên nhàm chán, Nhà thơ cần luôn đổi mới cách diễn đạt, tạo ra những hình ảnh, biểu tượng mới mẻ và độc đáo.

2. Cảm Nhận Sâu Sắc Về Cuộc Sống

Trải nghiệm và cảm nhận: Thơ không chỉ là trò chơi ngôn từ mà còn là kết tinh của những trải nghiệm, suy tư, và cảm nhận về cuộc sống. Một Nhà thơ cần biết lắng nghe và thấu hiểu cuộc đời, từ những niềm vui nhỏ nhoi đến những nỗi đau sâu sắc.

Tư tưởng và triết lý: Thơ ca thường mang trong mình những tư tưởng triết lý sâu sắc. Nhà thơ phải là người biết suy ngẫm về những giá trị cơ bản của cuộc sống và thể hiện chúng qua thơ một cách tinh tế.

3. Sự Liên Kết Với Truyền Thống và Đổi Mới

Hiểu biết về truyền thống văn học: Một Nhà thơ lớn cần nắm vững các giá trị của truyền thống văn học, biết cách kế thừa những giá trị đó trong tác phẩm của mình.

Đổi mới và cách tân: Đồng thời, Nhà thơ cũng phải biết cách làm mới, vượt qua những khuôn mẫu cũ để tạo ra những dòng thơ phản ánh được nhịp sống và tinh thần của thời đại.

4. Khả Năng Phân Tích Và Tự Phê Bình

Tự phân tích tác phẩm của chính mình: Nhà thơ cần biết nhìn lại những bài thơ mình đã viết, phân tích chúng một cách khách quan để thấy rõ những điểm mạnh và yếu, từ đó hoàn thiện phong cách và kỹ năng của mình.

Tiếp thu ý kiến phản hồi: Một Nhà thơ thực sự luôn mở lòng đón nhận phản hồi từ độc giả và giới phê bình, coi đó là cơ hội để học hỏi và trưởng thành.

5. Tác Động Xã Hội

Trách nhiệm với xã hội: Thơ ca không chỉ là tiếng nói cá nhân mà còn là tiếng nói của cộng đồng. Một Nhà thơ lớn thường mang trong mình trách nhiệm phản ánh, đồng cảm, và góp phần vào sự thay đổi tích cực của xã hội.

Gắn kết với độc giả: Nhà thơ cần biết cách xây dựng mối liên hệ với độc giả, để thơ của mình không chỉ là sản phẩm nghệ thuật mà còn là cầu nối giữa trái tim với trái tim.

6. Đạo Đức Nghề Nghiệp

Nhân cách của Nhà thơ: Bên cạnh tài năng, nhân cách là yếu tố quan trọng làm nên giá trị của một Nhà thơ. Sự chính trực, tôn trọng người đọc, và giữ vững lý tưởng là những phẩm chất cần thiết để một Nhà thơ được xã hội kính trọng.

Việc trở thành một Nhà thơ thực sự là cả một quá trình rèn luyện và phát triển liên tục, không chỉ ở khía cạnh nghệ thuật mà còn ở chiều sâu tư tưởng và mối tương quan với xã hội. Thơ không chỉ là tiếng lòng của một cá nhân mà còn là sứ giả của những giá trị nhân văn, góp phần xây dựng và làm đẹp cuộc đời.

NGÃ PHƯƠNG HUYỀN

SA CHI LỆ

VÉN TÓC MÂY THU

Em vén tóc suối mây rừng lá rối
Tóc chen nhau cười tỏa nắng ngũ hồ
Lao xao sóng tình mon men xuống phố
Nhớ mồ côi thấm lạnh bóng thuyền mơ

Em chớp mắt tìm ngõ về lạc lối
Gió mê thu ôm vạt áo thiên thần
Em diễm tuyệt dáng xô đồi đồi mộng mị
Trói hồn ta trong mắt biếc nhân gian

Gió Giật mình vẳng chuông chùa lắng đọng
Ngón tay thon e ấp lạnh cuối trời
Dáng em nghiêng như rừng reo mời gọi
Em kiêu sa góp nhặt lá thu phơi

Cỏ sương mai hương quen lan hờ hững
Nắng ngũ hồ khát vọng gót thầm thì
Ôi! Chữ nghĩa vịn vai chiều lạc phố
Gọi mây về ta phóng bút đề thơ

Em vén tóc mây trời vàng sắc lạ
Làm ta say rơi rớt bóng hoàng hôn
Mưa tương tư thấm buồn thương cố xứ
Ta về đâu gõ nhịp giữa đêm hoang

Em lênh đênh gối mộng thoáng kiếp người
Thả chiêm bao vây quanh đời du mục
Ta trôi theo ảo giác vọng xa vời
Chờ mãi gọi tìm nhau buồn sương khói

Bước chân em chạm niềm đau thế kỷ
Sau lưng ta hằn vết chém đời hư
Mấy mươi năm nếm cay chua ngọt đắng
Trả về không… lưu luyến lá thu rơi…

2-11-2025

SA CHI LỆ

CHÚC CHO NHAU

…Nàng bước vào đời ta
ôm thiên đường bất trắc
Bởi tình yêu không mặc áo nhân gian
Tà áo thu khiêu vũ níu chân nàng
Sao nốt nhạc ngập ngừng bay trong gió…

Giọt sương tan ngấm hồn say tình sử
Đường chiêm bao rơi rớt ánh trăng thề
Cơn gió nhẹ lao xao thuyền kỷ niệm
Sẽ về đâu khi tuổi đẫm mưa thu

Ta mộng mị lạc trần rong chơi mãi
Nào ngờ đâu chớp mắt mỏi chân rung
Đời phải chăng chỉ là cơn ác mộng
Như chiếc lá rơi chao lắc ngại ngùng

Xới giấc ngủ khói hồng loang khắp nẻo
Ngợp giường mây gối gió ấp chăn sao
Tay chim lạc theo dấu chân cỏ rối
Đâu bến bờ trăng ướt đẫm thanh tao

Mưa tinh khôi rơi chập chùng trinh tiết
Ta dìu em xuống mấy ngã luân hồi
Suối thiêng liêng soi bóng nai nhả nhạc
Nghe bốn mùa bất chợt rụng thiên cơ

Ta nhìn em cuộc đời run bám chặt
Em nhìn ta tỏa hằng vạn kiếp thu
Cùng lắng nghe tiếng rộn ràng nhân thế
Chúng cho nhau danh vọng cõi sương mù

SA CHI LỆ
Cuối thu 2025

ĐỨC PHỔ

Ý RỜI

TRƯỚC NĂM 2026

Khối chữ đặc quánh trong đầu
chưa thể viết ra
năm hai ngàn hai mươi sáu
đầy ắp phía trước
những dối gian
toan tính lọc lừa...
tương lai không thể hướng về
những mánh lới
làm nhiễm độc đời sống
nhiễm độc thức ăn, đồ dùng hàng loạt...

Bây giờ những đứa con đang lớn
đang dần xa cha mẹ
nỗi hoang vắng trong căn nhà
bầu bạn với tuổi già
tự nhiên như tĩnh vật...

Buổi sáng thân thiện với tách trà
lớp khói mỏng

lượn lờ như làn sương Huế
giêng hai
trời rất lạnh...

Ngồi vãi chữ xuống mặt
người tình không biết nói
nét tinh khôi giữ lại
trong bảo tàng đời
cho ai
ngày sau
anh sẽ trở về
quê nhà lạ mặt...

Ngày đầu năm
hai ngàn hai mươi sáu
những ý rời
bất chợt mở ra
những mầm sống mới...

ĐỨC PHỔ

LÊ HỮU MINH TOÁN.
THƠ HAI DÒNG
DỊ BIỆT

Thơ hai dòng dị biệt
Giữa trùng trùng thất sơ
Hỏi lòng xanh cỏ biếc
Sao mây nước thẫn thờ

Hỏi người , người làm ngơ
Hỏi bình minh, ngái ngủ
Hỏi chiều hôm, ỡm ờ
Trăng vàng phai khép nụ

Bàn tay nào úp mở
Có đếm đủ sao trời
Sao cứ hoài lần lửa
Cần không, chút men cay?

Chút tình say, vay say
Gọi hồn khuya mở hội
Cỏ biếc níu chân ngày
Chiều, chở chiều quên lối

Ôi! Một ngày đi qua
Dài hơn triền dốc thở
Ta nói với ngàn hoa
Hãy bừng lên ngọn lửa .

@ LÊ HỮU MINH TOÁN.

HUỲNH LIỄU NGẠN
RƠI GIỮA MÙA XUÂN

Nằm nghe mộng xuống lưng đồi
bóng em theo áo vào môi thêm hồng
anh đưa tay mở giọt bồng
chợt rơi một nhánh cỏ lồng vào tim

anh nằm nghe tiếng lặng im
da em mát giữa đồi sim chín đều
rụng ngàn qua chốn xanh rêu
mái tranh nghiêng má tàn xiêu anh kể

từ vai đưa tóc chải thề
em khơi nhịp thở bộn bề giữa khuya
à như trăng rụng xuống mê
cúi tay em hát lời khê xế chiều
nhẹ thôi đừng vội hoang liêu
để anh trải nắng đăm chiêu em nhìn
gió còn chưa chịu làm tin
cứ xoay chuyển cứ vờ vin tóc thề

qua cầu nhẹ gót sương the
che em xanh đỏ lập lòe dưới mương
anh còn lội suối băng sương
dầm dề bè rục cho hương khỏi nhào

bờ non bẻ lá từng sao
em che lại nõn nường chao đảo miền
đã sông thì chớ lụy phiền
làm anh vấp giữa mấy triền chon von
anh rơi anh rơi mỏi mòn
thương em mãi thương em tròn núi sông.

HUỲNH LIỄU NGẠN
10.12.2025

HUỲNH LIỄU NGẠN

GIÁNG SINH. MƯA

Như những cơn mưa
rơi ngoài kia
trời âm u & lạnh
trước sân lá rụng đầy trên cỏ
con chim đứng co ro
trên cành
giáng sinh như một ân sủng
của chú sóc
chắp đôi tay tìm hạt đậu

mùa đông
mùa đông làm đôi tay
tê cóng
tôi già thêm nỗi đợi chờ
khi bỏ xứ ra đi
đành thắp lên ngọn nến
để hơ ấm đời mình
hơ ấm lời kinh cầu
vào hồi chuông thánh lễ

ở ngã tư thành phố
có người đứng bán hoa
tôi sẽ mua
một đóa hồng đỏ
để tặng cho đám bụi cay vào mắt
lúc năm cùng tháng tận.

18.12.2025
HUỲNH LIỄU NGẠN

NGUYỄN MINH TRIẾT
BÀ CHIỂU–VÙNG ĐẤT TUỔI THƠ

Có những buổi chiều, khi ngồi nơi đất khách, tôi lại nghe trong lòng dội về một tiếng chuông xa xưa: tiếng *leng keng* của con tàu điện (tramway) chạy ngang chợ Bà Chiểu. Âm thanh tưởng đã lạc mất giữa phố xá hiện đại, vậy mà mỗi lần ký ức được chạm đến, nó ngân lên rộn rã như mới hôm qua. Kỳ lạ thay, chỉ một tiếng chuông, mà có thể khơi dậy cả một vùng đất, một thời tuổi thơ.

Tôi sinh ra giữa cái nôi Bà Chiểu, vùng đất trung tâm, một góc nhỏ của tỉnh Gia Định rộng lớn xưa, một nơi mà mỗi con đường, mỗi mái ngói, mỗi hàng cây đều lưu lại dấu chân, đều gợi chút hồn quê xen lẫn kỷ niệm của cả một thời tuổi thơ tôi. Giờ xa xứ ngoảnh nhìn, ký ức cứ âm thầm trỗi dậy như tiếng chuông chùa mỗi sớm mai ngân nga mãi chẳng dứt; như những tiếng rao hàng trên những con đường chật hẹp bám theo những nhánh rạch nhỏ vẫn còn vang vọng trong trí nhớ.

Vùng Bà Chiểu vào thập niên 1950, là vùng đất nối giữa Sài Gòn phố thị và Gia Định làng mạc, vừa mang dáng dấp nông thôn, vừa thấp thoáng nhịp sống thị thành. Ở đó có cái náo nhiệt của chợ búa, có cái mộc mạc của làng quê, có cái trầm mặc của di tích và những câu chuyện lịch sử. Người dân nơi đây, dù tảo tần hay phong lưu, đều góp phần dệt nên tấm thổ cẩm ký ức: một Bà Chiểu vừa dân dã, vừa đô hội, vừa đằm thắm, vừa phóng khoáng, vừa linh thiêng, vừa phàm tục. Tất cả đều trở thành những mảnh ghép, góp phần tạo nên bức tranh tuổi thơ mà tôi luôn nâng niu, trân quý.

Nói đến Bà Chiểu, là mọi người nghĩ ngay đến Lăng Ông lặng lẽ toả bóng trầm mặc là nơi thờ **Đức Tả quân Lê Văn Duyệt,** vị khai quốc công thần triều Nguyễn, người từng trấn giữ Gia Định và lập nhiều công lớn trong việc bình định và mở rộng phương Nam đến tận mũi Cà Mau. Người dân xa gần khắp vùng Gia Đinh thường đến chiêm bái Ông, không chỉ cầu tài, cầu lộc, mà còn để tỏ lòng kính phục một vị quan vừa tài ba, vừa thanh liêm, hết lòng vì dân, vì nước. Đặc biệt trong các dịp cúng kỳ yên tức dịp giỗ Ông, hương khói thêm nghi ngút, trống chiêng càng vang rền vì ngoài nghi thức cúng lễ cổ truyền còn có thêm mấy chầu Hát Bộ để cúng Ông vì đó là môn nghệ thuật mà Ông rất đam mê lúc sinh thời. Những buổi Hát Bộ hay Hát Bội

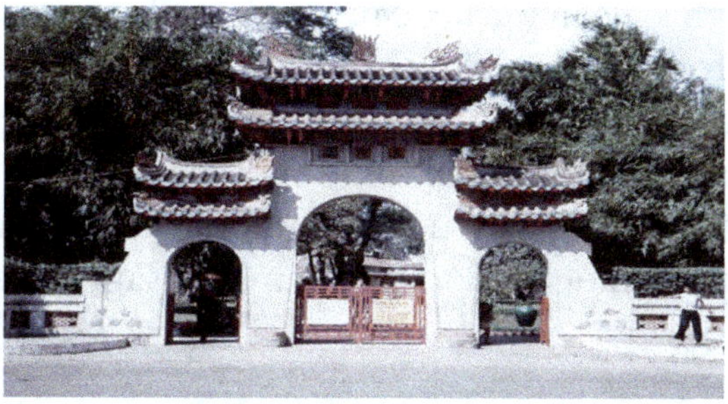

này thường được trình diễn trên sân khấu ngoài trời để dân chúng đến xem miễn phí. Dù không hiểu hết những tuồng tích được trình diễn bằng các điệu bộ ước lệ của môn nghệ thuật này nhưng tuổi thơ tôi đã bị thu hút bởi những tiếng "ải, ải", của các kép hát trong những trang phục rực rở sắc màu, cùng những điệu múa hùng dũng thỉnh thoảng được điểm xuyết bằng những tiếng trống chầu dội lên rời rạt hay từng hồi… tất cả đều vẫn còn vang dội rõ nét như từ một miền ký ức không xa lắm.

Ngoài Lăng Ông, Bà Chiểu còn được nhớ đến với ngôi chợ đã hơn trăm năm tuổi, nơi tụ hội của những phận đời tần tảo mưu sinh. Trong đó có một thời tuổi nhỏ của tôi với đầy ấp biết bao kỷ niệm không phai.

Cách chợ Bà Chiểu không xa nằm trên đường Hàng Thị, tên củ của đường Bạch Đằng ngày nay là khu nhà của một thời thơ ấu. Giữa khu đất rộng có nhiều cây ăn trái và những hàng cau vươn lên ngạo nghễ nằm cạnh một con rạch là ngôi nhà ngói ba gian hai chái, mái ấm của môt gia đình gồm ba thế hệ.

Tôi vẫn nhớ như in những buổi sáng theo mẹ đi chợ Bà Chiểu hoặc thỉnh thoảng được theo chân bà ngoại đem mấy quài cau, một ít lá trầu từ khu vườn nhỏ sau nhà ra chợ đổi chút rau quả với các bà bán hàng bông.

Đường Hàng Thị lúc ấy gồm ba làn xe, làn giữa khá rộng dành cho xe hơi, dọc hai bên là hai làn đường hẹp hơn dành cho xe đạp, xe xích lô, xe ba bánh được ngăn cách với làn xe hơi bằng hai con lươn đất dài. Hai lề đất bên trong nữa là những cây thị, cây me to lớn tàng lá xum xê phủ bóng cho con đường dịu mát trên đó vào sáng sớm những dòng người gồng gánh xen lẩn xe đạp và người đi bộ tấp nập hướng về chợ Bà Chiểu.

Trong chợ, theo chân mẹ hoặc ngoại tôi len lỏi giữa những quầy hàng, mắt tròn xoe nhìn cá quẫy nước, tôm nhảy tanh tách. Mùi khói thịt nướng, mùi xôi nóng buổi sáng, quyện với mùi cá tươi còn tanh ngai ngái tạo thành hương vị rất riêng của phố chợ không nơi nào có được. Ngày ấy, đôi khi được ngoại hoặc mẹ cho một gói xôi nóng hổi, một ly nước mát lạnh là đủ làm tôi reo lên sung sướng.

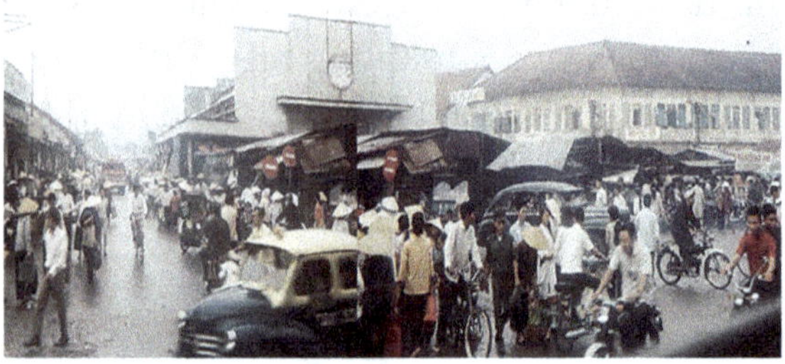

Và chợ không chỉ là nơi mua bán, mà còn là sân khấu đời thường cho tôi chứng kiến bao hình ảnh mưu sinh: từ người bán hàng rong với gánh hàng trĩu nặng, bà hàng xén cặm cụi đếm từng đồng cắc, quầy vải vóc, giày dép… đến bà cụ nhai trầu đỏ môi, chú xe xích lô ngồi chờ khách bập bập điếu thuốc rê … Tất cả đều bình dị, nhưng đã dạy cho tôi bài học đầu tiên về sự tần tảo, nhọc nhằn mưu sinh của người Gia Định hiền hậu, chất phác.

Cho đến giữa thập niên 1950 vẫn còn tàu lửa điện (tramway) chạy từ Hốc Môn, Gò Vấp ra Sài-Gòn ngang qua chợ Bà Chiểu. Tôi thích nhứt khoảnh khắc khi đoàn tàu sắp vào ga ở ngay đầu chợ. Khi nghe tiếng chuông leng keng của tàu điện vọng lại. Cả chợ như khựng lại một thoáng. Người mua vội nép vào, người bán lẹ tay kéo gánh hàng ra khỏi đường ray. Chỉ chốc lát, con tàu vàng rực từ từ lướt qua rồi dừng lại, cửa mở rộng, người lên kẻ xuống nhộn nhịp. Người về từ Gò Vấp vội vã xuống tàu, còn người từ Bà Chiểu lại chen lên tàu đi ra Sài Gòn. Trong ký ức tuổi nhỏ của tôi, tiếng chuông tàu điện leng keng vang vọng trên đường ray là âm thanh chẳng thể nào quên. Tiếng chuông tàu điện ngày ấy đã hòa làm một với tiếng rao hàng í ới, tiếng trả giá, tiếng cười nói của chợ Bà Chiểu. Và vì thế, ký ức về chợ trong tôi không chỉ có màu sắc và hương vị, mà còn có cả âm thanh rất riêng: âm thanh của một thời Sài Gòn – Gia Định vang vọng đến tận hôm nay. Cứ mỗi lần nghe tiếng chuông ấy, tôi lại thấy lòng nao nao – nó vừa gợi sự náo nức của phố phường, vừa chứa cái thong dong của thời buổi chưa hối hả.

Tàu điện màu vàng, thùng xe gỗ cũ kỹ, ghế ngồi đơn sơ, nhưng trong mắt một đứa trẻ, nó là cả một thế giới diệu kỳ. Tôi nhớ mình từng bám chặt tay vào thành xe, chen vào đám đông để leo lên tàu, rồi run run ngồi bên cửa sổ, nhìn cảnh đường xá lùi dần sau lưng.

Từ ga Bà Chiểu, tàu chạy dọc theo đường Bùi Hữu Nghĩa, tiếng bánh sắt nghiến trên đường ray xen lẫn tiếng chuông leng keng rộn ràng lúc tàu băng ngang đường Châu Văn Tiếp khi đó vẫn còn mở cho xe cộ lưu thông. Khi ngang nhà thờ Thánh Mẫu phía sau chợ, tàu đến chỗ cua quanh nên chậm lại. Qua khung cửa toa xe tôi thường bắt gặp hình bóng các dì, các mẹ mặc áo dài đi lễ, vạt áo tung bay trong gió. Cảnh ấy là một bức tranh vừa nên thơ – vừa thánh thiện.

Rồi con tàu tiếp tục lướt qua chiếc Cầu Sắt, bắc ngang dòng rạch Cầu Bông để tiến vào địa phận Đa Kao. Mỗi lần bánh sắt chạm lên cầu, cả toa xe rung lên, tiếng keng keng như dội vào ngực, khiến tôi vừa hồi hộp, vừa thích thú. Bên dưới, dòng rạch trong xanh lặng lờ chảy, vài chiếc xuồng nhỏ lướt qua, người chèo ngước nhìn đoàn tàu đi qua như một bóng dáng của văn minh mới.

Ngày ấy, tàu điện không chỉ là phương tiện chuyên chở, mà là nhịp sống. Nó đưa người đi làm, trẻ con đi học, bà con ra chợ. Nó kết nối Gò Vấp, Bình Hòa, Bà Chiểu với trung tâm Sài Gòn. Và quan trọng hơn, nó kết nối ký ức của cả một thế hệ – ký ức về một thời phố phường còn thưa vắng, còn đủ chỗ cho tiếng leng keng ngân vang trong gió sớm, chiều hôm.

Chợ Bà Chiểu ngày ấy lúc nào cũng rộn ràng tiếng người, nhưng những vùng đất không xa quanh chợ như Đồng Ông Cộ lại rất êm đềm như một làng quê với những con hẽm quanh co, những căn nhà mái tôn vách ván xen kẻ những vườn rau, vườn cây, hay những ruộng đồng… nơi tôi từng chạy dỡn cùng lũ bạn, hay trèo hái ổi trong vườn nhà ai đó. Đến mùa trái thị chin, cả đám lại hẹn nhau ra đường Hàng Thị lượm những trái thị tròn dẹp chín vàng có mùi thơm dịu mát đem vào lớp tặng bạn bè. Cũng trên những con hẽm nhỏ đó mỗi chiều vang lên tiếng rao: "Ai…hột vịt lộn hông… ai…tàu hủ hông…". Cái âm điệu ngân dài của tiếng rao như khắc sâu vào ký ức, để sau này bất chợt nghe lại đâu đó vẫn khiến lòng thấy nao nao.

Ngoài ra, tôi còn nhớ rõ ngôi nhà làng khá lớn, nền cao vuông vức lợp ngói bên trong có nhiều cột gỗ đen bóng, nằm ngay rìa Đồng Ông Cộ tại ngã ba đường Lê Quang Định và Phan Văn Trị. Theo lời Ngoại kể ngôi nhà làng này có tuổi đời lâu lắm, là nơi dân làng tụ họp cúng tế, là chỗ gửi gắm niềm tin và lòng biết ơn đất trời. Tôi khi ấy nào hiểu hết, chỉ thấy mình như đang sống trong một cuốn truyện cổ tích giữa đời thường.

Cạnh ngôi nhà làng này có phòng coi chỉ tay đoán tương lai của Thầy giáo Tỉnh rất nổi tiếng thời đó. Điều khác lạ là Thầy Tỉnh có thể dùng một cây viết đặc biệt để gạch sửa chỉ tay cho những ai có vận mệnh không như ý.

Rồi theo thời gian, đường ray đã mất, xe lửa điện cũng như ngôi nhà làng chỉ còn trong ảnh cũ và ký ức người xưa. Khu nhà lồng chợ Bà Chiểu cũng bị dở bỏ để xây dựng lại rộng rãi đẹp đẻ hơn. Nhưng riêng tôi, sau này mỗi khi nhìn thấy chợ Bà Chiểu, chạy xe theo đường Bạch Đằng, đường Bùi Hữu Nghĩa hay đi ngang đường Châu Văn Tiếp, băng qua Cầu Bông, những hình bóng xưa, những tiếng leng keng cũ vẫn như còn hiển hiện đâu đó. Tất cả như một lời gọi từ ký ức, khơi dậy cả một vùng tuổi thơ, một thời đã xa mà lòng vẫn còn thương nhớ.

Vùng Bà Chiểu của thời xa xưa ấy, **Lăng Ông được xem là linh hồn của vùng đất,** còn chợ Bà Chiểu là nhịp tim cuộc sống quanh ngôi lăng mộ – hai sắc thái hoà quyện thành nét riêng khó lẫn của vùng đất Bà Chiểu, Gia Định thân thương.

Nhưng hơn tất cả, vùng đất ấy không chỉ là địa danh. Nó còn là nơi đã gieo vào lòng tôi hạt mầm của sự nhớ thương – một nỗi nhớ dịu dàng nhưng dai dẳng, để mỗi lần ngoảnh lại, tôi bỗng thấy mình như đứa trẻ năm nào, tay nắm chặt vành ghế gỗ trên toa tàu điện, mắt mở to nhìn thế giới chạy vụt qua ngoài cửa sổ; hoặc có lúc thấy mình là cậu thiếu niên trên đường đi học về, đứng lại trên Cầu Bông lặng nhìn hoàng hôn buông xuống, nghe tiếng nước vỗ chân cầu, để mơ mộng những điều xa xôi.

Theo tháng năm, Bà Chiểu đã thay da đổi thịt, những nhà cao tầng mọc lên, những con đường với dòng người và dòng xe nối nhau không dứt. Chợ Bà Chiểu vẫn đông, nhưng tiếng rao xưa đã nhạt phai. Đồng Ông Cộ nhà tầng, nhà gạch chen lấn, đâu còn những con đường đất bụi bay. Rạch Thị Nghè giờ kè đá thẳng băng, hiếm còn thấy một chiếc xuồng ba lá. Nhưng ký ức tuổi thơ tôi thì vẫn nguyên vẹn.

Có những đêm, trong giấc mơ nơi xứ người, tôi lại thấy mình chạy lon ton theo mẹ trong chợ Bà Chiểu, tay cầm gói xôi nóng hổi. Có lúc tôi lại nghe tiếng bạn bè gọi nhau ơi ới trên những con hẽm Đồng Ông Cộ, có lúc thấy con rạch Cầu Bông sóng lăn tăn dưới ánh hoàng hôn. Và tôi hiểu rằng, tuổi thơ ấy chánh là phần hồn không thể tách rời khỏi tôi – một viên ngọc dấu trong lòng đất Gia Định, càng nhớ càng sáng, càng thương càng sâu.

Người ta có thể rời bỏ quê hương, nhưng ký ức thì chẳng bao giờ rời bỏ con người. Vùng Chợ Bà Chiểu, một địa danh nhỏ bé, lại là cả một thế giới rộng lớn trong tôi. Đó là nơi tôi học bài học đầu tiên về tình người, nơi tôi lớn lên cùng mùi hương, âm thanh, màu sắc của đời sống, nơi tôi biết thế nào là quê hương.

Mỗi khi nhớ về Bà Chiểu, nơi tôi vào đời, lòng tôi lại vang lên một câu hát thầm: *"Quê hương nếu ai không nhớ, sẽ không lớn nổi thành người."* Và tôi biết, dẫu đi đâu, trong tim tôi vẫn còn nguyên bóng dáng Vùng Bà Chiểu, Gia Định – một vùng đất, một tuổi thơ.

NGUYỄN MINH TRIẾT

VIÊN DUNG
THOẠT VÀO XUÂN

Tối quên chiều
anh đưa vào, em
khao khát bừng xôn xao
hồn động rung mê
bể nào lỗi phải

thăng hoa
niêm yết hình hài
niệm yêu
tiền duyên mối lái
dợm truy phong, em vói lại. đong đầy

chừng xuân háo hức quanh đây
mắt nảy tình. yêu
trót dậy
dang díu, thức sâu về
đầy chiêm bao

thoạt anh vào, xuân nao nao

VIÊN DUNG

VIÊN DUNG
LÓNG TIẾNG NGÔN KINH

Thời gian thở bóng tiêu điều
lừa người mặt nạ
bỡn trêu mệnh trời
thời vận mạt hóa
dể ngươi

lời xuyên cọng tóc
khóc cười thực dân
xếp bằng. tinh lọc tự thân
có khi động tịnh
nghĩa nhân động tình

ngôn kinh gióng tiếng chày kình
tang hải khách
có giật mình không chớ
đem người ở đợ, lận lời
mà thần tượng cũ tôn thờ. mị ân

chiều xưa đâu
nước qua cầu
khều, nghe mệnh nước sầu đâu
chiều nay, nước nhảy lên cầu
trầm mê

VIÊN DUNG
24112025

CẢM NHẬN TẬP THƠ PHÙ SA CỦA LÊ PHƯƠNG NGUYÊN

LƯƠNG THIẾU VĂN
PHÙ SA, NỖI TRĂN TRỞ CỦA MỘT DÒNG SÔNG NGHẼN MẠCH

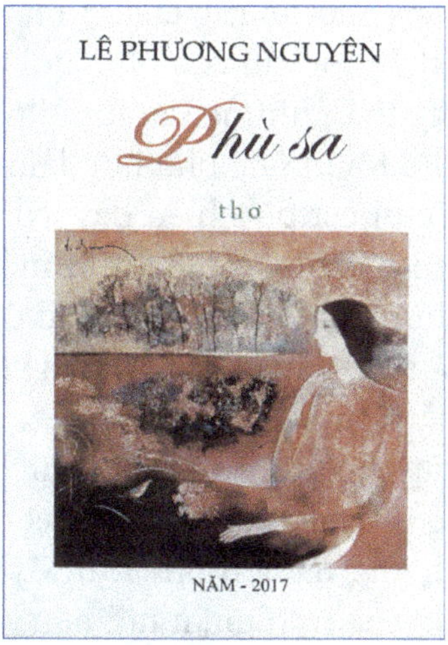

Lần thứ hai được ngồi trò chuyện với nhà thơ Lê Phương Nguyên ở một quán cà phê khá sang trọng ở khu Phú Mỹ Hưng quận 7, gần nơi con trai anh đang cư trú và làm việc mỗi khi có việc vào thành phố anh đều về đó nghỉ ngơi, tôi mới có dịp trao đổi với anh nhiều hơn về cuộc đời và tác phẩm thơ của anh. Quen anh cũng thật tình cờ, trong một lần các anh trong ban biên tập tập san Quán Văn mời tham gia một chuyến đi Long Khánh - Đồng Nai để kết nối một nhà thơ mới tham gia viết bài cho tập san. Trên đường đi tôi nghe anh Nguyên Minh kể một cách đại khái về nhà thơ Lê Phương Nguyên mà sau nầy thân tình chúng tôi thường gọi anh là Lộc Xuân (tên điền trang nơi anh gắn bó sau khi xảy ra một biến cố lớn trong cuộc đời của anh). Anh từng là trưởng ty điền địa ở Phú Yên thời VNCH, nhưng bạn bè anh giao du thời bấy giờ không phải là những người trong chốn quan trường mà phần lớn là văn nghệ sĩ và thầy cô giáo, trên sân thượng nơi anh làm việc thường tổ chức những buổi tiệc vui để tụ tập anh em yêu văn chương phiếm luận về nỗi đam mê văn chương của mình. Là người yêu quí văn chương như thế, biết làm thơ nhưng suốt nhiều năm trời anh chưa hề công bố một tác phẩm nào trên báo chí, giống như hai câu đề từ của anh mở đầu cho tập thơ Phù Sa cũng là tập thơ đầu tiên của anh mới xuất bản năm 2017 khi anh đã bước vào tuổi

74, một độ tuổi mà người xưa thường nói "thất thập cổ lai hy":

Từ Núi theo Sông ta về cuối bãi
Rồi lắng mình – không góp mặt trùng dương.

Con người của nhà thơ Lê Phương Nguyên là như thế đấy. Khi anh Nguyên Minh, chủ biên tập san Quán Văn đề nghị hỗ trợ anh in tập thơ thì anh ngần ngừ, đắn do mãi, sau cùng anh mới nói thật lòng: Tôi thì không sao nhưng chỉ sợ mấy anh bị rắc rối vì tập thơ của tôi, bản thân tôi vẫn còn bị người ta chú ý nhiều(sau 1975 anh bị tù chung thân nhưng sau mười năm ở tù thì được trả tự do), hơn nữa thơ tôi không phù hợp lắm với chế độ nên lưỡi kéo kiểm duyệt sẽ bị cắt bỏ nhiều đấy. Những rồi khó khăn ấy cũng vượt qua, một chặng đường mới mở ra cho một nguồn thơ từ lâu tưởng chừng đã nghẽn mạch bắt đầu tuôn chảy, đưa những hạt phù sa mầu mở đắp bồi cho mảnh vườn văn chương chữ nghĩa thêm đẹp đẽ xinh tươi.

Giờ trước mặt tôi là tập thơ Phù Sa được trình bày thật trang nhã còn thơm mùi mực in vừa xuất xưởng.Theo như lời tựa của nhà thơ Phạm Cao Hoàng(đang định cư ở Mỹ) anh là một ngườ hiền lành, khiêm tốn thâm trầm , ít nói nên không ai biết anh làm thơ. Anh còn là người có chí lớn, thích làm những việc lớn, trong một lần gặp mặt hiếm hoi sau năm 1975, Phạm Cao Hoàng nói: Lâu rồi không có tin tức của anh, tôi tưởng anh đã đi nước ngoài, anh đã trả lời:Tôi phải ở lại đây. Nếu mọi người ở đây đang khổ thì tôi phải ở lại chia cái khổ với mọi người chứ đâu có đành lòng mà ra đi. Nhưng có lẽ thời thế không tạo cho anh có cơ hội để đóng góp công sức cho đời thì thôi gởi gấm vào thơ vậy, tôi viết thế không biết có đúng ý anh không anh Lê Phương Nguyên nhỉ?

Trước khi tập thơ Phù Sa đến tay tôi, sau ngày gặp anh ở điền trang Lộc Xuân, tôi đã tìm đọc thơ anh trên blog của Phạm Cao Hoàng. Bất ngờ đến với tôi là hình như trong thơ của Lê Phương Nguyên bắt gặp hình bóng của tôi đâu đó trong nỗi niềm về dòng sông bến nước, bên chén rượu, hồi ức tươi đẹp về quê hương, tình yêu đôi lứa, tình bạn tha hương… nên khi nhận được tập thơ anh gởi tặng tôi đã thích thú đọc liền một mạch với một tâm trạng háo hức vô cùng.

Điều rất dễ nhận ra trong thơ anh: Trong tất cả những bài thơ viết về quê hương, tình bạn, gia đình, tình yêu một thời đều mang một nét hoài cảm khôn nguôi trước những biến thiên của xã hội, thời cuộc. Dấu vết những ngày xưa cũ còn chăng là những kỷ niệm không thể phai nhòa như trong bài thơ GỞI TUY HÒA nơi anh từng gắn bó một thời trai trẻ:

Men rượu ấy của một thời đã mất,
Ta lần vào ký ức để tìm vui…
Khói thuốc loãng, ánh đèn dầu lụn bấc,
Vầng trăng khuya thui thủi đến ngậm ngùi.
…..
Tuy Hòa ơi! Xin vì nhau gắng đợi,
Buồm căng lên, lộng gió chở ta về…
Bằng hữu ơi! Bên trời ai có hỏi:
"Nhất phiến băng tâm tại…ngọc hồ".

Nỗi niềm cô quạnh khi đứng trước những biến thiên của cuộc đời dâu bể, cũng làm ta nhớ lại một bài thơ của Tú Xương thuở nào:

Trong mơ vẳng tiếng gọi đò
Sông khô ai vớt lên bờ đợi mưa?
Núi là núi tự ngàn xưa
Mà nay núi đã ai đưa sang Tần…
(Sông cạn, núi dời)

Hay trong một bài thơ ngắn khác:

Tận cùng sông núi về đâu
Còn hàng liễu rũ? Còn màu hoa tươi?
Còn thương đau với cuộc đời
Đâu làng quê cũ, đâu trời riêng ta!...
(Sơn cùng thủy tận)

Ta còn tìm thấy một tâm trạng, một nỗi lòng ngổn ngang của anh của viết về Cao Bá Quát:

Tài hoa đến tả tơi đời
Hồn kiêu bạc quá cõi Người khó dung.
Dất trời cũng đất trời chung
Nào ai Quốc tặc Anh hùng nào ai?

(Quốc tặc & Anh hùng)

Một hiện tượng buồn thảm mà anh đã kịp ghi lại khi thời cuộc đổi thay mà ta không kìm nén được nỗi xót xa:

Anh gò lưng đạp xích lô;
Một bàn tay vẫy...
Xin cô mười đồng
Khách chết trân, như trời trồng,
- *Thưa thầy...*
Bỏ chạy.
Anh không kịp nhìn...
(Cuộc hội ngộ đau lòng)

Khi đã lui về vui thú với ruộng vườn, ta bắt gặp một tâm hồn giản dị, một thái độ điềm tỉnh như một người hành giả trong khúc ca hòa âm điền dã:

Mở cửa ra thấy núi
Núi bình yên và tin cậy biết bao!
Suốt bốn mùa trời thẳm đến nao nao,
Đất chan chứa màu xanh cây đang lớn
...
Trên đầu ta
Óng ả mảng thiên đường
Tìm tự Do,
Ngẩng mặt...gọi Em về...
Mộng bình yên qua giấc ngủ đơn sơ,
Dưới tán lá lung linh chùm hoa nắng.
Dăm đóa hồng
Nở giữa chiều xa vắng,
Lòng bâng khuâng chợt nhớ nị hôn đầu.
(Một ngày tại điền trang Lộc Xuân)

Với bạn bè anh luôn đặt mình trong mối giao tình gắn bó mật thiết nên những mất mác ấy là không thể bù đắp được, chén rượu trong thơ Lê Phương Nguyên làm ta nhớ đến chén rượu chia tay buồn thảm của Thâm Tâm trong Tống biệt hành:

Anh mất không về được
Lòng buồn như lá rơi

Chiều cuối thu rét mướt
Gửi về xa ngậm ngùi...
...
Hãy cùng tôi dăm chén,
Nhớ một thời buồn vui,
Chén trao ngày hội ngộ,
Chén tiễn chiều chia phôi...
(Viếng mộ bạn)

Rồi tự trả lời khi hình dung câu hỏi của bạn ngày về:
Nửa đời trắng tóc, buồm không gió,
Ngược nước nên ta sẽ chậm về...
(Bạn hỏi ngày về)

Trong tình yêu, tình cản đối với gia đình, tôi bắt gặp trong thơ Lê Phương Nguyên có những câu thơ chân thành, đầy tình nghĩa sâu đậm mà không phải ai cũng viết ra được. Từ Em trong nhiều bài thơ được anh viết hoa thật trang trọng, phải chăng anh muốn gởi gấn điều gì chăng?

Mười năm băng giá quê người
Biết Em còn của một thời bên nhau?
(Đã được mười năm)

Hay một đoạn thơ khác:
Nghe thơm trên mảnh đất nghèo
Phải Em hong tóc? Hương theo gió về,
Muốn phong kín khoảng trời quê
Gửi sang Em – giữa bốn bề quạnh hiu...
Bâng khuâng hồn một buổi chiều
Có anh đứng giữa tịch liêu nhìn trời...
(Chiều tưởng nhớ)

Bài thơ ngắn "GỬI HAI CON Ở XA" mặc dù không nói hết tình cảm của người cha đối với con nhưng ta vẫn nhận ra nỗi nhớ thương vô bờ của anh:

Hai con nương náu bên trời
Chiều quê năm hết cha ngồi đăm đăm
Không buồn vì chuyện cách ngăn,
Sợ đau vì nỗi xa xăm tấc lòng...

Và hơn hết có lẽ ta sẽ thấu hiểu được tâm tư tình cảm của

anh đều gởi trọn trong bài thơ " LƯƠNG NÔNG", phải chăng anh muốn nói ta không làm được gì lớn lao cho đất nước thì nên làm một lương nông cũng giúp ích cho đời, kiếp tằm thì phải nhã tơ?:

Tìm cõi bình yên để sống vui,
(Đất trời vắng lạnh khắp nơi nơi,
Đàn chim trốn tuyết chưa quay lại,
Nặng vết thương lòng đâu dễ nguôi...)
...
Nắng cứ thiêu và mưa cứ rơi,
Cứ giông, cứ bão, lụt ngang trời...
Mồ hôi, nước mắt đều nghe mặn
Cứ thế mà tôi góp mặt đời.

Phải nói Lê Phương Nguyên là một người thích làm thơ mà cũng là người rất yêu thơ. Anh đọc thơ của người xưa, của các nhà thơ hiện đại, của bạn bè một cách say mê và thích thú, chẳng thế mà anh đã phát hiện ra những câu thơ hay liên kết lại thành "BÀI THƠ TÌNH 200 NĂM" thật thú vị đó sao? Những câu thơ của thi hào Nguyễn Du, thi bá Vũ Hoàng Chương, thi sĩ Bùi Giáng và "thi công" Lê Phương Nguyên hòa quyện vào nhau thành một bài thơ tình như của một người làm, hoặc bài thơ QUÊ NGƯỜI NGOẢNG LẠI: vỏn vẹn có 16 câu lục bát lấy từ 12 bài thơ lục bát của Phạm Cao Hoàng như một mối ân tình đồng điệu giữa hai tâm hồn thơ gặp nhau.

Ngôn ngữ trong thơ Lê Phương Nguyên không mới nhưng là một thứ ngôn ngữ được chắt lọc từ nguồn cảm hứng xuất phát tận đáy lòng, với những xúc cảm chân thành lấp lánh những hạt phù sa tự nguyên dâng hiến cho đời. Những hạt phù sa ấy từ lâu tưởng đã bị trầm lắng, tích tụ ở một vùng đất xa lạ nào bởi dòng sông chuyên chở nó bị nghẽn mạch thì nay có dịp được tuôn chảy ào ạt tưới mát và làm màu mở suối nguồn yêu thương trên cánh đồng thi ca ngào ngạt hương thơm của đất nước. Mời các bạn cùng tôi đọc nốt những bài thơ còn lại trong tập PHÙ SA của nhà thơ LÊ PHƯƠNG NGUYÊN nhé.

Xin được gởi đến anh một bài thơ đậm tình thân hữu trong một lần ghé thăm điền trang Lộc Xuân của anh tại Long Khánh cùng anh em văn nghệ sĩ Quán Văn:

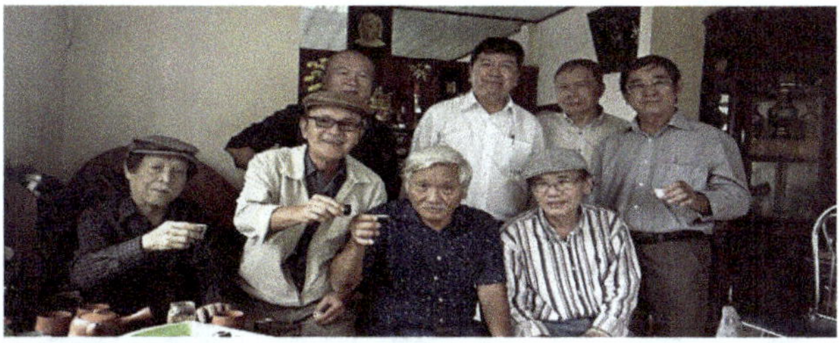

Nhà thơ Lộc Xuân hàng ngồi thứ ba từ trái sang cùng anh em văn nghệ tập san Quán văn tại Long khánh Đồng Nai 2018

MỘT NGÀY Ở ĐIỀN TRANG LỘC XUÂN

***Viết tặng nhà thơ Lê Phương Nguyên và** thân hữu tập san Quán Văn.*

Đi qua vùng đất đỏ
Về điền trang Lộc Xuân
Sương còn thơm hương cỏ
Nắng một ngày tháng năm.

Mây giăng mờ bóng núi
Ôm trọn ngọn Chứa Chan
Thi gan cùng nhật nguyệt
Ẩn sĩ giữa hồng trần.

Phát rẫy một vạt rừng
Chôn mình trong cô độc
Quên một thời lao lung
Nhuộm thời gian bạc tóc.

Không đành làm hạt bụi
Nát cỏ dại ven đường
Thơ bay ngàn cánh hạc
Hòa nhịp sóng trùng dương.

Thơm chén rượu bồ quân
Ấm nồng tình tri ngộ
Ngước nhìn tiếng ve ngân
Nắng vàng tươi màu gió.
Nghe bài thơ anh đọc
Chợt nghe máu về nguồn
Nhớ một thời tang tóc
Quê nhà đâu quê hương

LƯƠNG THIẾU VĂN

TUỆ TRUNG

Nỗi Cô Đơn Thứ Nhì

1.- Tôi không phải là một người vô cảm, tôi yêu cô ấy lắm chứ, yêu ngay từ khi gặp nhau lần đầu tiên, không hoàn toàn vì sắc đẹp của cô ấy mà vì cái vẻ rất ngây thơ và đáng yêu, tôi thì đã nghĩ rằng cô ấy chưa có một mối tình nào trước khi gặp tôi.

Người ta nói rằng tôi vô cảm, có lẽ vì do nghề nghiệp của tôi trong ngành ngoại giao, một thứ công việc không thể lộ ra bằng nét mặt, lúc nào cũng phải tỏ ra lạnh lùng như giá băng, ngoài những lúc cần thiết.

Vì cô ấy, khi kết hôn trở thành vợ tôi, còn quá trẻ chưa biết gì về cuộc sống trong xã hội nên tôi phải cáng đáng tất cả mọi thứ trong gia đình, nhất là kể từ khi chúng tôi có con, tôi yêu vợ và các con tôi hơn bao giờ hết. Cũng chính vì thế tôi càng cần tỏ ra là một người chồng gương mẫu, một người cha có trách nhiệm,

Và cũng chính vì những lý do đó, cho nên ngoài các công việc của một công chức, tôi phải kiêm luôn việc của người đứng đầu gia đình, từ việc giáo dục con cái, ăn uống, giải trí, và dĩ nhiên cả về vấn đề quản lý tiền bạc.

Tôi chỉ buồn là cô ấy không hiểu cho tình yêu thương vợ con của tôi, mà cô ấy lại hiểu tôi theo một nghĩa khác, một người chồng gia trưởng và khô khan không có một chút gì gọi là tâm hồn lãng mạn, một người đàn ông bủn xỉn tiền bạc, một người cha không biết yêu vợ và thương con.

Những việc tôi làm đều có lý do, tôi tiếc là đã không hề cho cô ấy biết những lý do đó, vì lúc ấy tôi nghĩ là không cần thiết bởi lẽ cô ấy quá ngây thơ để thông cảm cho tôi qua những lý do đó.

Trước hết là lý do nghề nghiệp, ngoại giao là một chiến trường khá khốc liệt, chỉ cần một câu nói sơ hở thì sự nghiệp coi như tiêu tan, nên tôi dè sẻn lời nói, ít nói chuyện với vợ con ngoài những chuyện gia đình thường ngày, nên cô ấy cho tôi là một người khô khan, không tình cảm lãng mạn, cũng đúng thôi, đó là một yếu điểm mà cho đến nay, khi đã rời xa nhau tôi mới nghĩ ra, cũng muộn màng quá rồi, phải không?.

Bản chất tôi lại là một người hay lo xa, không chỉ lo riêng cho cá nhân mà còn lo chung cho cả gia đình, nên tôi rất tiết kiệm, tiết kiệm và cần kiệm, không phải là hà tiện hay bủn xỉn. Ngay từ khi hội nghị Paris bắt đầu, tôi đã lo cho tương lai của gia đình, vì lúc ấy tuy tôi đang làm việc tại toà Đại sứ Việt Nam tại Bỉ, vẫn theo sát tình hình của hội nghị ấy, những nguy cơ tiềm tàng về một sự sụp đổ của Miền Nam do các tin tức bất lợi mà tôi nhận được, cho nên tôi đã cố gắng dành dụm và vun quén cho gia đình.

Vợ tôi thì không hề biết những điều đó, cô ấy quá vô tư và đáng yêu, thậm chí cô ấy còn rất vụng về và lúng túng trong việc nuôi và chăm sóc đứa con thứ ba.

Bây giờ, tôi đang rất cô đơn sau khi ly dị với cô ấy, tôi ngồi một mình trong căn gác của chung cư giữa lòng Paris, nhớ lại khoảng thời gian đã qua, từng mảng quá khứ trở về trong khối óc già nua và quá mỏi mệt của tôi. Tôi không biết tôi đã có những lầm lỗi gì lớn đến mức phải chịu đựng nỗi niềm này, một nỗi buồn day dứt kéo dài và một niềm tiếc nuối khôn nguôi.

2.-Lần đầu gặp nhau, tôi đã tự nhủ lòng, cô ấy trẻ đẹp và rất đáng yêu, tôi phải có được cô ấy trong đời. Không phải rằng trước đây tôi chưa có bạn gái, mà có khá nhiều, nhưng tôi không hề rung động, và khi tôi thoáng nhìn thấy cô ấy e ấp, nép bên mẹ cha bước vào phòng khách, cúi chào ba má tôi, thì tôi đã siêu lòng ngay và ngỏ ý muốn ba má tôi bàn chuyện hôn nhân với gia đình cô ấy, càng sớm càng tốt.

Chỉ trong vòng 4 tháng ngắn ngủi, chúng tôi đã là vợ chồng. Có phải vì do thời gian tìm hiểu nhau quá ít mà chúng tôi chưa kịp tìm hiểu hết về nhau hay không và đưa đến sự đổ vỡ sau này thì tôi chưa chắc lắm, nhưng tôi tin vào khả năng nhận xét của mình, một nhân viên ngành ngoại giao đánh giá về người đối thoại chưa hề thất bại. Mãi sau này, sau khi buộc lòng phải ký vào bản án ly hôn, tôi mới hối hận vì sự đánh giá sai lầm về người vợ mà tôi hết mực yêu thương và muốn che chở cho cô ấy suốt cuộc đời này.

Khá nhiều những người con gái khác đến với tôi, có lẽ vì do gia đình tôi tương đối khá giả và vẻ bề ngoài tương đối dễ coi của tôi, đang là một công chức cao cấp trong ngành ngoại giao, nhưng cô ấy hình như bất cần đến những gì tôi có, nên tôi thích cô ấy, có vậy thôi.

Ở Sài gòn, sau vài năm chung sống, chúng tôi có được 2 con. Hạnh phúc đến với tôi choáng ngợp, tôi không hề để ý đến chuyện vợ tôi không biết nuôi con, bởi lẽ tất cả những việc đó đã do hai bà mẹ và rất nhiều người giúp việc lo rồi, nhưng có một việc làm tôi để ý và nhớ mãi là chuyện cô ấy không hề hỏi tôi về công việc và tiền bạc tôi kiếm được, cô ấy cần gì thì chỉ cần nói với tôi hoặc mẹ tôi là cô ấy có tất cả, cho nên tôi đã nghĩ rằng cô ấy không phải là người thiên về vật chất, mà là một người vợ hoàn hảo, ngây thơ, trong trắng, không hề lo nghĩ đến tương lai.

Điều đó khiến tôi càng yêu cô ấy hơn, và tôi tự hứa với lòng là sẽ không để cho vợ phải lo lắng về bất cứ vấn đề gì, mọi chuyện trong gia đình sẽ chỉ do tôi đảm đương mà thôi.

Có phải đó chính là thêm một hiểu biết sai lầm, để đến sau này khi mọi việc đi đến đổ vỡ một cách đáng tiếc thì tôi mới thấy tiếc nuối chăng?

Khi tôi được cất nhắc lên một vị trí cao hơn nhưng phải đi xa, làm việc tại Vương quốc Bỉ, một nước ở châu Âu, thì những rắc rối xảy đến cho chúng tôi, cả gia đình tôi dọn qua Bỉ bắt đầu cho một cuộc sống trong một môi trường mới, từ nhà cửa đến các sinh hoạt thường ngày, trường học cho các con…, cô ấy phải tập làm đủ thứ việc, nhất là nấu ăn, chăm sóc nhà cửa, con cái…

Mọi chuyện còn phức tạp hơn nữa khi nửa năm sau, khi các nền nếp sinh hoạt đã tương đối ổn định, cô ấy lại có bầu đứa con thứ ba, tôi rất lo vì cô ấy không biết cách nuôi con nhỏ, nên tôi phải mướn thêm một người giúp việc. Các chi phí sinh hoạt tăng dần sau khi cháu Bella chào đời, cho tôi thêm nhiều chuyện phải lo nghĩ.

Cuộc sống như vậy cứ chậm chạp trôi qua, có nhiều lúc tôi rất vui với hiện tại mà tôi đang có, có đôi khi lại cảm thấy mệt mỏi và chán nản với những khó khăn và áp lực trong công việc.

3.-Đầu năm 1974, tôi được lệnh thuyên chuyển công tác qua nước Pháp. Sự dời đổi nhiệm sở lại khiến tôi phải thay đổi nhiều hơn về nền nếp sinh hoạt gia đình tưởng đâu đã tương đối ổn định. Chúng tôi lại phải bắt đầu lại từ đầu.

Cũng tại nơi đây, tôi đã vô cùng đau khổ khi phải chứng kiến sự đổ vỡ của miền Nam trên bàn hội nghị, cả thực tế chính trường và chiến trường của quê hương.

Và như thế, chuyện phải đến đã đến. Đó là ngày 30 tháng 4 năm 1975.

Những khó khăn trong đời sống gia đình chúng tôi bỗng dưng đổ ập xuống như một cơn bão lớn, đối với tôi tuy không bất ngờ mấy, nhưng cũng đủ làm cho tôi đau đớn không nguôi.

Tất cả đã khiến tôi hơi bị lúng túng trong việc giải quyết những xáo trộn ban đầu. Tuy nhiên do những giao thiệp trong công việc trước đây, đã có nhiều bạn bè của nước Pháp và Bỉ giúp đỡ, nhờ vậy tôi đã dần ổn định lại đời sống gia đình, từ việc làm thủ tục tỵ nạn chính trị, đến việc có được một đời sống giữa lòng thành phố Paris bằng việc lao đầu vào làm rất nhiều việc để có được những điều kiện tương đối đủ cho đáp ứng được nhu cầu cho gia đình.

Vợ tôi thì ngày càng ít nói, hình như cô ấy buồn bực về một chuyện gì đó mà không nói nên lời, mỗi ngày lo cơm nước cho cha con tôi rồi ngủ, sáng dậy lại lo công việc hàng ngày. Tôi vì quá bận đi làm nên cũng không có thì giờ nhiều để nói chuyện, mà cũng không biết nói chuyện gì, ngoài chuyện công việc. Rất may là cô ấy có được một sức khoẻ tương đối tốt, ít có bệnh tật nào nghiêm trọng, nên tôi cũng không phải lo nghĩ nhiều.

Dĩ nhiên những chuyện xáy đến cho chúng tôi đã khiến tôi rất buồn, và tôi đã lấy thuốc lá và uống rượu để giải khuây sau những mỏi mệt do công việc quá nhiều, và tôi biết đó là tật xấu, nhưng như những thói quen đã ăn xâu, không bỏ được, khi về tới nhà, lăn ra ngủ, quên hết mọi chuyện buồn.

Vợ tôi, cô ấy thậm chí đã không hề có ý kiến, và cả một lời khuyên tôi, cũng không có. Giá thử cô ấy chỉ cần nói một câuthôi, tôi cũng nghe lời và từ bỏ các tật xấu đó. Nhưng điều đó đã không đến, và những chuyện buồn sau này có lẽ cũng sẽ không xảy ra.

4.-Dòng đời vẫn trôi, vô tình và tàn nhẫn, dĩ nhiên vẫn phải theo thời gian để ngày qua ngày, tháng năm qua theo tháng năm, trong những phẳng lặng cũng đôi lúc có những con sóng vui buồn.

Một trong những niềm vui của đời tôi là lúc các cháu lần lượt tốt nghiệp đại học, lần lượt lập gia đình. Hai cháu lớn đều có vợ, chồng là người Pháp nên ở lại đây, cháu nhỏ nhất, Bella, vài năm sau lấy một người Canada du học Pháp, học cùng trường, sau đó theo chồng trở về sống tại Toronto.

Hình ảnh của một người già cô đơn bắt đầu ám ảnh tôi, dù khi bên tôi còn người vợ thân yêu, mà sao nay chỉ còn là một bóng mờ, nhạt nhòa trong cuộc đời tôi. Cô ấy vẫn ít nói, sống lặng lẽ khiến tôi có cảm tưởng rằng cô ấy muốn tự tách rời ra khỏi cuộc sống vợ chồng, đáng lý phải được hâm nóng theo thời gian.

Cuối cùng thì cơn ác mộng cô đơn cũng bất ngờ đổ xuống khi vợ tôi đòi ly hôn. Bất ngờ vì tôi không hề có ý nghĩ là sẽ xảy ra như vậy, bởi lẽ tôi chưa bao giờ nghi ngờ gì nơi cô ấy, một người đàn bà có tâm hồn vô cùng yếu đuối.

Quyết định của cô ấy như một trận bão tuyết giữa mùa hè, nổi lên, bắt đầu và kết thúc cùng một lúc, nhanh và gọn. Tôi đã không kịp phản ứng gì và chấp nhận như một sự đã rồi, không cần biết đến nguyên nhân.

Cho đến vài năm sau, sau khi cháu Bella đến thăm mẹ, đã gọi điện thoại cho tôi biết mọi chuyện về tình trạng của cô ấy, thì tôi mới nhận ra một điều là tâm hồn của người đàn bà vô cùng phức tạp, người như tôi rất khó khăn trong việc suy xét và đưa ra những phản ứng hay quyết định đúng hay sai.

Điều khiến tôi đau đớn hơn cả là biết rằng trong thực tế, trong suốt quãng đời chung sống, cô ấy không hề yêu tôi, dù chỉ một chút thôi, một chút thôi, nếu có, chắc cũng đủ cho tôi được an ủi phần nào.

Rồi tôi trở về với sự cô đơn mà hình như số mạng đã định sẵn cho cuộc đời tôi. Tôi có lỗi gì trong nỗi cô đơn này, thưa các bạn và người thân của tôi ơi? Đi đâu hết rồi? Có ai còn muốn nghe tôi tâm sự nữa không?.

Hình như người ta càng già thì càng ít bạn bè đi thì phải, cho nên càng già thì lại càng cô đơn hơn bao giờ hết, nhất là như tôi bây giờ, có được một người vợ để an ủi nhau vào lúc cuối đời, bây giờ đã không còn nữa.

Nỗi cô đơn này sẽ không còn gì để bù đắp lại, có phải không?.

TUỆ TRUNG

TUỆ TRUNG
Chờ Đến Cuối Đông

Không biết mùa đông đến tự bao giờ
Mà ta nghe trái tim mình lạnh giá
Lũ chim lạc bầy nhìn nhau ngu ngơ
Ta ngước nhìn trời, tựa lưng vách đá.

Ngày qua ngày, sáng trưa chiều tối
Vòng quay chán ngắt của thời gian
Người xa nhau, tìm nơi cứu rỗi
Ta biết tìm đâu, mộng thiên đàng.

Hình như mùa đông đến từ trong mơ
Và lòng ta thì như băng tuyết
Chỉ còn chăng, hơi thở của sương mù
Bất giác cười vang, nụ cười không tì vết.

Chưa biết khi nao mùa xuân trở lại
Nên chẳng cần ghi dấu bước chân đi
Trong rừng vắng, những cành khô trụi lá
Như tình yêu ta, những não nề.

Than vãn làm chi để thêm cô đơn
Có còn ai với ta không nhỉ
Phía bên kia vài tia sáng chập chờn
Heo may thổi, cơn mê nào quạnh quẽ.

Nhóm lên cho ta vài đốm lửa
Hâm nóng lên bầu rượu đã lạnh tanh
Giữ lại cho nhau, ơi bằng hữu
Nỗi buồn trong ta, cuộc chiến chinh.

Rồi từng đêm, vơi đi dòng nước mắt
Về hát cùng ta Tống Biệt Hành(1)
Hồ Trường(2) dần cạn, còn dăm chén
Chờ đến cuối đông, vẫn đời lênh đênh.

TUỆ TRUNG

(1)Bài hành của Thâm Tâm
(2)Thơ của Nguyễn bá Trác

NGUYỄN THỊ KHÁNH MINH
ƠN NGÀY BAO DUNG

1.

Đem về. Một vạt nắng trong
Mở trang giấy ép một lòng ban mai
Hỏi con nắng. Đã vì ai
Để trang giấy mở thơm hoài bình minh

Bấy nhiêu hạt nắng bình minh
Đem về tôi vẽ lại tinh mơ ngày
Có mà người mở vòng tay
Thì em xin rót lại đầy ban mai
2014

2.
Tạ ơn buổi sáng rất đầy
Có con nắng ấm rót ngày vào tôi
Xôn xao phố lạ dòng người
Ban mai gần lại tiếng cười thân quen

2009

3.
Sáng ơi. Nắng ơi. Tôi ơi
Tan nhau đi giữa mắt người đang xanh
Nghiêng xuống hết ở trên cành
Tròn một hạt sương long lanh cả trời
Còn tìm những ở đâu nơi

4.
Mỗi buổi sáng. Một nụ cười
Đóa hướng dương nở mặt trời của tôi
Dưới kia một dòng sông trôi
Nước đi nước chở một nôi nắng đầy
Lòng tôi chở cánh mây bay…

5.
Giữa đường, tại một vẫy tay
Rủ rê ta ở lại, ngày rất vui…
Thì thôi nhé mộng chân trời
Ánh trăng ủ lại. Ngọt bùi mai sau
Xin quy y nắng nhiệm mầu

NGUYỄN THỊ KHÁNH MINH
2012

MINH NGUYỄN
NGƯỜI CANH GÁC THẢO NGUYÊN

Buổi sáng, trên đường dẫn tới bìa rừng, bọn trẻ mục đồng bị đánh thức dậy từ rất sớm, để kịp lùa đàn gia súc đi chăn thả trên thảo nguyên. Nơi mà sau cơn mưa giông tầm tã đêm qua, sáng ra hiển lộ bảy sắc cầu vồng trên quần thể xanh biết cỏ non cùng với sắc màu lộng lẫy của nào là sim mua, cỏ ống, cỏ đuôi chồn, nối nhau chạy lui dần về phía cuối thung, báo hiệu một ngay mới chan hoà nắng ấm.

Bất chợt, đang trong lúc còn ngầy ngật, mắt nhắm mắt mở, bọn trẻ bỗng thấy xuất hiện trên con đường dốc cao, bóng dáng gã đàn ông nửa hư nửa thật, bước đi như nhảy múa trước ánh bình minh chói loà. Lạ. Linh cảm chuyện bất thường, bọn trẻ một mặt giữ chân đàn gia súc đi chậm lại, mặt khác tìm chỗ ẩn mình quan sát nơi gã đàn ông. Bởi giữa nơi hoang vu, từ lâu đã không thấy bóng một ai lai vãng đến huống chi là gã, vì thế cẩn thận vẫn hơn.

Từ chỗ nấp kín đáo, bọn trẻ nhìn xuyên qua đám cây lá rậm rạp, chứng kiến hình ảnh con người tiều tuỵ, mặt mày hốc hác, khoác trên người bộ áo quần màu lính, đang một tay đu người bước đi trên chiếc nạng gỗ, tay còn lại ôm theo ba-lô trước ngực, bước từng bước tới bên mô đất cao, ngồi ôm mặt khóc rưng rức. Thấy lạ, bọn trẻ đưa mắt nhìn nhau như để hỏi "ai đã khiến cho một kẻ tật nguyền như gã bị tổn thương đến nỗi phải ngồi bật khóc"?

Thông cảm với nỗi bất hạnh của gã, bọn trẻ định rời chỗ nấp, bước tới hỏi thăm giúp đỡ gã, nhưng chẳng may có đứa va chân phải vật gì, gây ra tiếng động mạnh, khiến gã giật mình hỏi:

- Ai đó hay mau xuất hiện đi?

Tiếng gã dõng dạc như lệnh, khiến bọn trẻ nghe qua, cảm thấy có chút ái ngại, lo lắng hỏi:

- Làm gì bây giờ?

Ai đó đáp:

- Hãy thử tiếp cận, chuyện trò, tìm hiểu xem gã muốn gì,

sau đó nhân lúc gã mải mê chuyện trò, người nào đó nhanh tay mươn tạm chiếc ba-lô của gã, xem bên trong chứa bí mật gì mà lúc nào cũng thấy gã mang nó kè kè bên mình?

Sau đó, để thực hiện kế hoạch, bọn trẻ chọn ra một đứa gan dạ tiến tới trước mặt gã hỏi:

- Ông là ai, thương binh hay hành khất, đến đây với mục đích gì?

Thay vì trả lời câu hỏi, gã đưa tay lên xoa trán, cười cười bên vẻ mặt ngây ngô trước câu hỏi đầy thách thức trí nhớ nghèo nàn nơi gã. Ta là ai. Không ít lần, gã thắc mắc hỏi chính mình câu hỏi tương tự, nhưng lần nào cũng như lần nào, gã không nhớ được gì ngoài vết thương ở đầu và chiếc chân cụt đau đớn hành hạ. Hậu quả của viên đạn pháo của đối phương rơi sát bên người, hất tung gã lên trời trước khi không còn hay biết chuyện gì nữa, chừng tỉnh lại thấy mình sống sót trên giường bệnh ở một trạm xá giữa rừng.

Cuối cùng gã cũng đáp:

- Nếu ta là Người Canh Gác Thảo Nguyên mi tin không?

Nghĩ gã chỉ nói đùa cho vui, bọn trẻ ôm bụng cười ngặt nghẽo, cố gây sự chú ý rồi, thừa cơ chộp lấy chiếc ba-lô chạy đi. May sao, trước đó dường như gã đã có sự đề phòng, nên chỉ xảy ra việc giằng co, khiến con búp bê từ bên trong chiếc ba-lô rơi úp mặt xuống đường. Theo phản ứng tự nhiên, gã lao nhanh tới chỗ con búp bê nằm, nhặt nó lên phủi phủi bụi đất đeo bám, chỉnh sửa quần áo, tóc tai, trước khi ôm nó vào lòng vuốt ve than trách:

- Ôi! Đứa con gái tội nghiệp, con có sao không?

Chứng kiến hình ảnh đáng thương ấy, bọn trẻ tỏ ra vô cùng hối hận trước việc làm đã qua, bèn xúm nhau vây quanh lấy gã xin được tha thứ. Bỗng đâu, bọn chúng bất ngờ nhìn thấy gã đổ lăn ra đường, khiến ai nấy hoảng sợ khiếp vía, đứa chạy đi tìm dầu xoa thái dương, đứa lo mang nước tới đổ vào miệng cho gã.

Được một lúc thấy gã hồi tỉnh, đưa mắt dáo dác nhìn moi người hỏi:

- Chuyện gì thế này?

Bọn trẻ trố mắt nhìn nhau như để hỏi:

- Có thật là gã không biết mình vừa bị ngất xỉu? Gã thều

thảo kêu.

- Đói!

Kinh nghiệm đói khát từ những mùa lũ trước, đã giúp bọn trẻ hiểu ra nguyên nhân khiến gã ngất xỉu, nên hối thúc nhau chay đi lấy phần ăn của mình mang tới cho gã dùng. Nhờ vậy, chẳng bao lâu, đã thấy gã dần hồi sức, tươi tỉnh trở lại, sau đó vui vẻ kể lại nổi bất hạnh mà gã gánh chịu trong chiến tranh, qua đó bọn trẻ được dịp thả trí tưởng tượng của mình tới những trận đánh khốc liệt, đầy những máu, nước mắt và chết chóc.

Để minh chứng cho điều mình nói, gã nâng phần chân bị cắt cụt quá đầu gối lên cao cho bọn trẻ xem; những tưởng, sau khi nhìn tận mắt vết thương nhăn nhúm, đen xì, xấu xí, bọn chúng sẽ bỏ chạy vì sợ hãi, nhưng viếc đó đã không xảy ra, trái lại bọn trẻ xin phép được chạm thử tay lên phần da thịt mềm nhũn chiếc chân cụt, để xem cảm giác như thế nào?

Sau khi thoả mãn sự hiếu kỳ, bọn trẻ tỏ ra vô cùng ngưỡng mộ các bậc cha chú, đã vi nước xả thân mình, đổi lấy sự hoà bình cho các thế hệ mai sau, nên tự nguyện băng rừng, lội suối mang vác cây lá từ các nơi về, cất lên một túp lều để gã có chỗ chui ra chui vào; đồng thời, mỗi người chia sẻ phần ăn cá nhân giúp gã sống qua ngày.

Còn nhờ, hôm đứng trước túp lều còn thơm mùi rơm rạ mới, gã đã hít thở thật sâu hạnh phúc do bọn trẻ mang lại, suýt chút nữa đã bật khóc vì quá cảm động. Ôi! Gã không ngờ, trong xã hội còn đầy rẩy những gian trá, lọc lừa, đĩ bợm, vẫn còn những tấm lòng nhân ái, sẵn sàng nhường cơm sẻ áo cho đồng loại. Từ đó, sự hoài nghi về một xã hội lắm người nhiều ma, dần được thay thế bằng sự tin tưởng, yêu thương, giúp gã có được cuộc sống vô tư bên bọn trẻ mục đồng.

Thời gian trôi qua, cho đến một hôm còn lại một mình, gã nhẩm tính thấy thời gian sống ở thảo nguyên như vậy là đủ, nên muốn làm một cuộc chia tay đi tìm lại quá khứ đã mất, để còn biết mình là ai, từ dâu tới, có gia đình gì hay chưa? Vì thế, ngay trong đêm gã quơ vội vài vật dụng cần thiết cùng với con búp bê lên đường mất hút trong đêm tối mênh mông.

Sáng ra, sau khi lùa đàn gia súc đi chăn thả trên thảo

nguyên, bọn trẻ ghé lại nơi ở của gã để cùng nhau ăn sáng như mọi hôm. Nhưng vừa chạm chân đến đầu ngõ, từ xa bọn trẻ chợt phát hiện thấy cửa nẻo túp lều trống huơ trống hoát. Linh cảm tới chuyện không hay, bọn trẻ không ai bảo ai, vội chia nhau đi tìm kiếm gã khắp mọi nơi. Đang trong lúc tuyệt vọng, bỗng nghe thây tiếng ai đó reo lên mừng rỡ:

- Hình như gã đi về phía thác nước?

Nhìn theo hướng chỉ tay, bọn trẻ nhận ra những dấu chân tròn để lại trên nền cỏ uót, chứng tỏ gã đã từng đi qua lối này tới thác nước, vì thế chẳng ai bận tâm suy nghĩ thêm làm chi cho mệt, nhắm mắt đi bừa theo dấu vết có sẵn sẽ bắt kịp gã thôi. Chẳng may, trong lúc mọi người di chuyển chưa được mươi bước chân, đã nghe thấy trong không gian mùi giông gió, sấm chớp, kèm theo sau là cơn mưa tối trời tối đất bất ngờ ập tới, khiến cho ai nấy bị ướt sủng từ đầu đến chân, vì thế, cuộc tìm kiếm buộc phải dừng lại, quay về chăm lo cho đàn gia súc.

Trong khi, ở cách đó không xa, gã may mắn tìm được chỗ trú mưa tương đối, dưới tán cây cổ thụ xum xuê cành lá. Lạnh. Gã nép người ngồi sát vào gốc cây, một tay ghì chặt chiếc ba-lô vào lòng, tìm thêm chút hơi ấm; đột nhiên, nghe nhói đau ngực. Lạ. Thử luồn tay lần tìm kiếm, gã phát hiên ngón tay cái thô ráp của con búp bê bằng nhựa cứng, xuyên qua lớp vải nhựa lòi ra ngoài đâm phải. Ôi! Một vật thể mà gã tình cờ bắt gặp ánh mắt nhìn của nó, nửa như van xin nửa như chờ được cứu rỗi, trên đuòng trốn chạy khỏi trạm xá, khiến ga không sao kềm chế được sự xúc động, bèn cúi nhặt nó lên phủi sạch bụi bẩn, trước khi nhét vào ba-lô mang theo làm bạn đồng hành.

Mải lang man nhớ chuyện cũ, gã quên bẵng đi cái lạnh bủa vây, chừng nghe thoáng bên tai âm thanh rào rạt giống như một tấu khúc ballad, khiến gã chợt choàng tỉnh. Ôi! Thứ âm thanh nghe ma mị, không chỉ làm mê hoặc, mà còn thôi thúc gã chống nạng bước tới, khám phá cho bằng được nơi phát ra âm thanh huyễn hoặc dường ấy.

Đi. Con đường dưới chân gã mỗi lúc một trở nên trơn trợt nguy hiểm. Hậu quả của cơn mưa đêm qua; bù lại, mùi hương hoa lá lẫn trong mùi sương đêm ngai ngái, xộc lên mũi gã hương vị đặc trưng thảo nguyên, đã phần nào giúp gã có thêm động lực đi tới, đi tới. . . bất ngờ đối diện trước thác nước hùng vĩ, đang tuôn đổ ầm ào một lượng nước khổng lồ từ trên cao xuống những thớt đá nhẵn thín bên dưới, làm bắn tung toé từng đám bọt trắng xoá. Nước. Nước nhiều vô kể. Nước từ các con sông cái suối tràn về. Nước từ đầu nguồn đổ xuống. Thoạt nhìn, gã ngỡ như đang có mặt tham dự một lễ hội nước hoành tráng nào đó, hay một cuộc trình diễn sắp đặt về nước, hay đang lạc trôi vào miền hư ảo chỉ có nước và nước.

Đang lúc chưa kịp định hướng, gã nghe dưới chân có điều gì đó không ổn, liền phản xạ tự nhiên bằng cách rụt ngay chân về, khiến chiếc nạng vô tình bị đẩy tới mé vực, cuốn phăng gã cùng con búp bê rơi xuống thác nước.

Rơi. Bên trang thái vô trong lực, gã chấp chới bơi trong làn nước lạnh giá, nghe âm vang bên tai tiếng gió rít như xé, tiếng nước chảy ầm ào như sấm vang, tiếng trẻ thơ khóc đòi cha, tiếng goá phụ gọi chồng. . . vô tình đánh thức quá khứ bấy lâu nay gã cất công đi tìm.. .

Thì ra, trước lúc cận kề với cái chết, gã chợt nhớ ra rằng: nơi quê nhà gã còn một người vợ trẻ cùng với cô con gái nhỏ. . . .

MINH NGUYỄN

TRỊNH Y THƯ
Ẩm ướt

Ẩm ướt đôi khi cũng thú vị
bầu trời ướt làm tôi lười biếng
môi em ướt làm tôi nao nao.

Tôi đợi chờ một ân huệ cuối
hấp hối niềm đau câm lặng
giữa cơn hoan lạc như âm vọng
dội về từ miên viễn
một ngày qua đi một ngày chịu tội
chỉ còn chiếc bóng đổ dài.

Chân trần vượt qua bãi mộ
có lúc bước chân tôi ngã gục
với gai nhọn và cạm bẫy đợi chờ.

Như loài thú không cất nổi tiếng kêu
lạc loài giữa trăng mù thương tích
đến kỳ hạn vẫn ngơ ngẩn kiếm tìm
trên nỗi bơ vơ đêm trắng.

Âm vang châu thổ thảng thốt bên bờ vực
tôi vẫn cưu mang đời bức sinh
đi giữa cuộc đời huyên náo
mà ngỡ bóng mây trắng u hình.

Và tôi đợi bóng đêm
những đêm trời ẩm ướt
ban xuống tôi ảo giác cuộc đời
như dòng sông chảy miết.

TRỊNH Y THƯ

VŨ HOÀNG THƯ

B ó n g m ờ

ở đây còn lại mùi hương
trầm em hay chỉ vô thường ghé chơi?

người đã xa
        sậy lau gần
phù vân vây hỏi
nhân quần còn ai
mơ hồ gieo
        bóng chưa phai
trong yên ắng
gõ chân dài phôi pha

ngàn mây trắng
        vọng hương nhà
thuyền quyên bước
nhịp trường sa bỗng gần
có phải em trên đôi chân
rủ cơn mộng
ghé một lần giữa đêm

ngọt lời sơ
        thủy thảo mềm
và tơ tóc quấn
        dựng thềm dã hoang
hưng phấn khơi
đoạn rã hàng
trò vui con rối bắt quàng cuộc mơ

người đi khuất
một bóng mờ
vi lô ở lại chia bờ vực sâu
ngẫu nhiên đâu phải lần đầu
còn nghi hoặc hay lậm sầu đã thâm

VŨ HOÀNG THƯ
Aug. 2016

HUỲNH VIẾT TƯ
Sông Hàn nặng tình đất và người

Theo sách Đại Nam Nhất Thống Chí viết về sông Cẩm Lệ chảy ra sông Hàn, dòng sông này có hai nguồn. Nguồn thứ nhất xuất phát từ núi Kiền Kiền chảy ra xứ nguồn Lỗ Đông gọi sông Lỗ Đông. Nguồn thứ hai phát xuất từ núi Vịnh Phàm chảy ngang xứ Lỗ Đông gọi sông Vịnh Phàm, tiếp tục chảy qua xã Hội Thành, đến thôn Đông Cao, hai nguồn hợp nhau với nhánh sông kia. Từ đây sông chảy 17 dặm về phía Đông đến làng Bồ Bản. Nơi đây có dòng sông Thạch Bồ (còn gọi sông Yên) nhập vào, lại chảy xuống phía Đông 5 dặm nữa đến xã Cẩm Lệ gọi sông Cẩm Lệ. Tiếp tục chảy chừng 7 dặm nữa, qua xã Hoá Khuê Trung (nay địa phận Khuê Trung, Cẩm Lệ) và xã Hoá Khuê Tây làm nên sông Hàn. Khi sông đổ vào hạ lưu sông Cẩm Lệ có sông Cổ Mân, dân gian gọi là sông Cái, nối từ hạ lưu sông Vĩnh Điện đi qua làng Cổ Mân, nay thuộc địa phận Hòa Xuân, Cẩm Lệ, thành phố Đà Nẵng. Ở ngã ba sông này chính là nơi bắt đầu sông Hàn.

Sông Hàn khi chảy tới vịnh Đà Nẵng, tại chỗ giáp ranh giữa địa phận Hải Châu và Sơn Trà. Sông có dòng chảy từ Nam lên Bắc, với chiều dài khoảng 7,2 km. Chiều rộng của sông khoảng 900 – 1.200m, độ sâu trung bình 4 – 5m. Màu xanh mát của cây cỏ cùng với vẻ hiền hòa của dòng sông Hàn, tạo nên một bức tranh thật lung linh, thanh bình, ngược với nhịp sống tấp nập của thành phố. Sông Hàn tưởng chừng rất ngắn nhưng đã tiếp nhận một khối lượng nước khổng lồ từ cả một hệ thống sông nước đầu nguồn đổ về, góp phần làm nên sự thịnh vượng cho thành phố Đà Nẵng.

Dòng sông chảy qua giữa lòng thành phố đã góp phần cân bằng hệ sinh thái thành phố Đà Nẵng, tạo nên bầu không khí mát mẻ và trong lành cho không gian đô thị đang ngày càng nhộn nhịp. Đà Nẵng có đèo Hải Vân cheo leo, hiểm trở, được mệnh danh là "Thiên hạ đệ nhất hùng quan"; có bán đảo Sơn Trà là điểm hẹn lý tưởng cho du khách. Dưới chân Sơn Trà có

Suối Đá, Bãi Bụt, Bãi Rạng, Bãi Bắc, Bãi Nồm… cho du khách cảm giác thú vị khi chìm đắm trong vẻ huy hoàng bình minh và sự lặng lẽ hoàng hôn của một vùng sơn thuỷ hữu tình. Có khu du lịch sinh thái Bà Nà - Suối Mơ được nhiều người ví là Đà Lạt, Sapa của miền Trung. Có Ngũ Hành Sơn huyền thoại là "Nam Thiên danh thắng".

Đến cuối dòng là nơi đầu biển cuối sông, có chiếc cầu treo dây võng Thuận Phước, được bắc qua hai bờ sông Hàn. Bên ni là phường Hải Châu, bên tê là bán đảo Sơn Chà, với nhiều thắng cảnh thiên nhiên, là khu du lịch nổi tiếng Việt Nam. Cùng với những dãy núi rừng Hải Vân ở phía bắc, bán đảo Sơn Chà ở phía nam, mặc nhiên thành hình cánh cung, tạo nên một vịnh biển mang tên vũng Sơn Chà, hay còn gọi bằng nhiều cái tên thân thương, quen thuộc, đậm chất thơ như vũng Tiên Sa, vũng Thùng, vịnh Hàn giang, vịnh Đà Nẵng... Núi rừng Sơn Chà (sau 1975 trên bản đồ hành chính đổi tên Sơn Trà) như một tấm bia che chắn mọi cơn bão hay áp thấp nhiệt đới đổ vào thành phố Đà Nẵng. Núi Sơn Chà cao đến gần 700 mét, xưa nay được xem như đài khí tượng thiên nhiên của nhân dân quanh vùng, có gần 4.000 hecta rừng, trong đó một phần là đất đồi đang được bao phủ những loại cây khó tìm thấy nơi khác nằm trong sách Đỏ, cây dược liệu và rau cỏ…

Dưới đời vua Lê Thánh Tông niên hiệu Hồng Đức thứ 21 (1490) vua định lại bản đồ 13 xứ thừa tuyên trong nước lần cuối. Mỗi thừa tuyên được vẽ riêng trên một tấm bản đồ mà về sau thường gọi là "bản đồ Hồng Đức". Trên đầu bản đồ có ghi hàng chữ lớn: Thuận Hoá Thừa Tuyên Sơn Xuyên Hình Thể Chi Đồ - Dịch nghĩa: Bản đồ hình thể núi sông của thừa tuyên Thuận Hoá. Dòng Sông Hàn ngày xưa thuộc về huyện Điện Bàn, phủ Triệu Phong, thừa tuyên Thuận Hoá.

Mỗi dòng sông trên đất nước Việt thân yêu luôn có một một cái tên gợi thương nhớ, giữ lại một niềm tin yêu da diết không chỉ cho cư dân mà còn là một ấn tượng đẹp đẽ vô ngần cho những ai đã một lần ghé đến, ví như đỏ quyện phù sa nên gọi là sông Hồng, khi chúa Nguyễn Hoàng nằm mộng thấy người đàn bà nhà trời chỉ lối dựng kinh đô ở Huế nên có tên là dòng

Hương... Sông ở Việt Nam thì nhiều vô kể, lớn có, nhỏ có, mênh mang có, quanh co, khúc khuỷu, lắm thác ghềnh cũng có.

Sông Hàn thì ngắn nhưng cái tên Hàn thật khó giải thích. Thời trước chưa có chữ quốc ngữ, ông cha ta dùng chữ Hán, Hàn có nghĩa là lạnh nhưng đây là quê hương, nên chúng tôi khi thời tiết nắng nóng, cứ bơi qua lại dòng sông mà có thấy lạnh bao giờ đâu! Các nhà sử học lý giải là địa danh "Hàn môn" xuất hiện vào năm 1490 trong "Hồng Đức nhị thập nhất niên tứ nguyệt sơ lục nhật", (chữ Hán: 洪德貳拾壹年肆月初陸日 (ngày mùng sáu tháng tư năm Hồng Đức 20, tức ngày 25 tháng 4 năm 1490), từ đó tên gọi "Cửa Hàn" chính thức ghi vào lịch sử địa lý dân tộc. Câu ca ngày xưa đang còn vang vọng đâu đây: Từ ngày Tây đến cửa Hàn, đào sông Câu Nhí mò vàng Bông miêu... Tên sông Hàn cũng bắt nguồn từ chuyện ngày xưa cha ông ta đã khóa cửa sông bằng xích sắt để ngăn không cho tàu giặc vào thành phố.

Theo quy luật biến đổi vạn vật của Heraclitus, mọi thứ đều biến động và thay đổi không ngừng nhưng chúng vẫn là chính nó. Như hình ảnh con người và dòng sông qua cách nói rất sâu sắc là mỗi lần con người tắm dưới dòng sông, họ đều rất khác so với lần trước. Con người và dòng sông đều thay đổi, kể cả thời gian đang diễn ra cũng thay đổi. Tuy vậy con người vẫn là chính họ; dòng sông vẫn cứ là dòng sông và thời gian cũng như vậy. Đây là bài học trong cuộc sống: Chúng ta luôn luôn bị biến đổi trong những điều kiện khác nhau, chịu ảnh hưởng bởi nhiều yếu tố môi trường tác động, nên phải biết chắt lọc những ưu điểm để củng cố và hoàn thiện mình theo hướng tích cực, tận hưởng cuộc sống với bao điều thú vị, phải biết trân trọng thời gian vì thời gian trôi qua sẽ không bao giờ trở lại và sống cho đáng sống với cuộc đời hữu hạn của con người. Vẫn biết những dòng sông vẫn ẩn chứa trong lòng bao lớp trầm tích của lịch sử và văn hóa, trong đó có sông Hàn; chìm dưới đáy sông sâu là những câu chuyện về một vùng đất từng là miền biên viễn của nhiều lớp người đã ngã xuống trong cuộc trường chinh mở cõi và giữ đất phương Nam mà bao lớp phù sa sông Hàn đã lắng đọng và vùi chôn vào lòng. Nên có bao nhiêu chuyện kể xúc động về vùng đất và con người khi dòng sông này chảy qua.

Cách đây hơn 700 năm, Nguyễn Phục là một tiến sĩ nhà Lê, đã 3 lần đi sứ sang Trung Quốc, sau đó được vua Lê Thánh Tông giao trọng trách chuyển lương thực vào Nam đánh giặc. Trên đường vận chuyển quân lương đến cửa biển Tư Khánh chẳng may gặp bão lớn, ông cho neo thuyền lại chờ bão tan mới đi tiếp. Mặc cho quân sĩ can ngăn, vì nếu chậm trễ việc quân sẽ bị nhà vua khép tội "khi quân". Thế nhưng, ông khẳng khái: "Ta thà chịu tội còn hơn để các ngươi và lương thực làm mồi cho cá!". Khi đưa được đoàn quân lương đến vùng đất bên cửa Hàn thì bị trễ hai ngày. Theo quân pháp, vua xử tội chết và ông bị xử chém tại Hóa Khuê. Uất ức vì chủ tướng chết oan, nhiều tướng sĩ dưới quyền cũng rút gươm tự sát. Cảm phục nghĩa khí của tướng Nguyễn Phục, nhân dân các làng Thị An, Hóa Khuê... phong ông làm thành hoàng và thờ cúng tại miếu Một. Người dân Đà Nẵng có câu "Chim kêu miếu Một, gà gáy Giếng Đôi" là từ sự tích đó. Rất tiếc là sau bao cơn lũ miếu Một đã bị lở xuống sông nhưng sự tích về vị tướng quân họ Nguyễn ra đi từ đất Thăng Long trong hành trình đi mở cõi của dân tộc vẫn còn tồn tại trong dân gian

HUỲNH VIẾT TƯ.

Danh ngôn:

Tình yêu thương là ngôi nhà với nền móng không thể rung chuyển và mái nhà không thể phá hủy.

Love is a house with an unshakable foundation and an indestructible roof.

Yann Martel

(1963) Tác giả người Canada, được biết đến nhiều nhất với tiểu thuyết "Cuộc đời của Pi" được giải Man Booker năm 2022.

TÂM THƯỜNG ĐỊNH
ÔM ĐẠI DƯƠNG

Hôm nay thân xác tro bụi của Thầy được hoà vào đại dương mênh mông. Ôi Thái Bình Dương sâu thẳm. Cổ mộ của những con người yêu quê hương dân tộc da diết; cõi của sự sống; sinh tử tử sinh–sự tiếp nối nhiệm mầu. Trời Nam se nắng, mây trắng bay, Thầy thong dong huyễn hóa. Trời Tây mưa gió, buồn hiu. Nhìn về bên kia Đại dương, nhớ thương Thầy, nhớ luôn lời nói giọng thơ của Người.

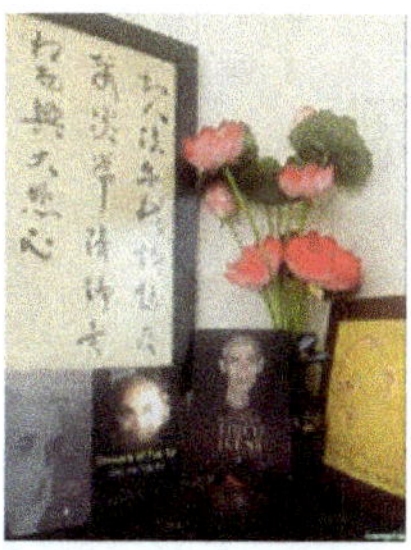

"Giăng mộ cổ
Mưa chiều hoen ngấn lệ
Bóng điêu tàn
Huyền sử đứng trơ vơ
Sương thấm lạnh
Làn vai hờn nguyệt quế
Ôm tượng đài
Yêu suốt cõi hoang sơ."

Ôm đại dương
Đến đi huyễn mộng
Tình thương bạt ngàn

Ôm đại dương
Mặt trời chói chang
Gió đùa cùng sóng
Lệ rơi đôi hàng

Ôm đại dương
Ngôi mộ cổ
Cõi tịnh
Bình yên

Ôm đại dương,
tình sâu nghĩa rộng
thênh thang tâm Thầy.

Ôm đại dương,
Từ thiên cổ
đến vô cùng
Trời mây hội tụ
Pháp Hoa muôn trùng.

TÂM THƯỜNG ĐỊNH

Ngày Chung Thất của Thầy
Sacramento, CA. Jan.10.24h

NGUYỄN NGUYÊN PHƯỢNG

CHỈ LÀ EM

Không ai khác,
 chỉ là em
Mùa chưa kịp đến
đã mềm môi thơm

Điệu tình
 lung liếng mắt ngoan
Một cung tim đắm
 mấy hoang mê đời

Không ai khác
 là em thôi
Thu từ vô lượng
 ngỏ lời trăm năm

Thơ tìm cuối đất
mù tăm
Cùng trời
 đêm
 hạnh ngộ rằm,
 là em!

NGUYỄN NGUYÊN PHƯỢNG

NGƯỜI SÔNG HẬU
CUỐI NĂM VỀ QUA DÒNG SÔNG CŨ

Ta lại về mang nỗi nhớ một mùa đông
Mưa cuối năm đan trên dòng sông cũ
Sóng trường giang dập dồn thành cơn lũ
Bão dậy trong lòng hay khuất tận khơi xa.

Khói chiều hôm ta nào thấy bóng quê nhà
Nhớ làm sao chuyến phà nhiều năm trước
Con đò sang sông một ngày ngược nước
Áo người bay không thấy nẻo quay về.

Đâu tiếng hát câu hò rộn rã bến quê
Có lẽ lòng mình phơi đầy trăng cũ
Sông vẫn hát khúc tình ca lận đận
Men rượu cuối năm sóng sánh đời mình.

Chén hồ trường uống chưa kịp bình minh.
Tuổi thanh xuân thoảng qua như giấc mộng
Bỏ sau lưng những nốt trầm thầm lặng
Bao bộn bề trong lạc ngựa long đong.

Cải cuối mùa có vàng mắt em trong
Sao chất chứa kiếp người nhiều dâu bể
Không níu được khi đâu còn cội rễ
Chén rượu rót tràn ta khóc một dòng sông.

NGƯỜI SÔNG HẬU

DŨNG NGUYÊN
BẮT GHEN

Hai người phải theo tôi về nhà , đó là cách tốt nhất" – người vợ nói như ra lệnh. Tay trái bà ghì chặt mái tóc cô gái độ tuổi 25 có gương mặt xinh xắn , nước da trắng hồng , dáng người thon thả hài hòa dễ bắt mắt đàn ông . " Tôi muốn các con phải biết rõ bộ mặt thật về người bố như ông, một người mà chúng luôn kính trọng" . Người vợ nói trong giận dữ, mặt bà đanh lại khiến cho nét đẹp quí phái của bà trở nên thô cứng . " Thôi mà em chuyện đâu phải to lớn như vậy. Em phải cho anh giải thích đừng để chuyện trở nên phức tạp không hay ho gì cho gia đình". Người chồng có mái tóc muối tiêu, gương mặt hốc hác lốm đốm tàn nhang , đôi mắt mệt mỏi như người thường hay mất ngủ , vừa nói vừa gỡ tay người vợ đang cố kéo đầu cô gái xuống sàn xe du lịch đắc tiền . "Ông cố tình bênh nó , đánh tôi hả? Trời ơi ! – Bà la lớn lên rồi đổ sụp thân người ngã nghiêng ra phía cửa xe , hai chân duỗi ra kẹt vào chân phía trước.ghế phía trước . Mặt bà tái nhợt, người lạnh ngắt nhưng tay vẫn giữ chặt cô gái . Người chồng quýnh lên giục tài xế đưa vợ ông ra khỏi xe vì bà có tiền sử bệnh tim . Nhưng bà ta, với giọng thều thào nhất quyết không chịu .

Bà vợ " dẫn độ" ông chồng rời khỏi khu du lịch miền biển dưới sự "hộ tống" của một chiếc xe riêng , chiếc xe đã đưa bà thực hiện cuộc bắt ghen. Bà gọi điện thoại về nhà triệu tập con cái chờ bà về mở phiên họp "xử" ông chồng phản bội mà bà cay đắng chịu đựng bấy lâu. Trên xe, ông chồng ngồi bất động như tượng đá, không nói năng gì. Còn cô gái hoàn toàn bị khống chế. Ông không nói vì ông hiểu rất rõ vợ ông . Người đàn bà độc đoán và gia trưởng!. Giờ đây ông có giải thích thế nào cũng chỉ thêm dầu vào lửa , mọi việc càng rối bời thêm. Ông nghĩ, rồi đây các con của ông không biết sẽ nghĩ như thế nào! Chúng có đủ bình tỉnh và khôn ngoan cảm thông cho ông để giữ lấy một gia đình mà bao năm qua ông luôn vì nó phải chịu đựng với biết bao tủi nhục !.Ông nghĩ, có lẽ đây là lần cuối cùng mà chén nước hạnh phúc tạm bợ, một thứ hạnh phúc giả tạo đang bị vợ ông hắt xuống đất với thái độ như là người đang chiến thắng và khôn ngoan. Ông cảm thấy chán chường quá . Nổi chán chường đang làm cho cơ thể ông suy sụp . Bệnh tháo đường hình như cũng theo đó tiêu hao dần sinh lực của ông ! Ông muốn chết quách ngay bây giờ cho rảnh nợ đời để khỏi thấy cảnh tan hoang sự nghiệp và gia đình trong những ngày tới. Ông cảm thấy thương hại và cả khiếp sợ người đàn bà đang ngồi bên cạnh ông đây. Người đã giết chết khát vọng sống của ông bằng những hành động ghen tương và hơn thiệt với chồng . Những gì mà vợ ông gây ra cho ông trước đây, dù đau đớn và làm ông hổ thẹn đến mấy ông cũng quên đi . Nhưng sao trong lúc này đây nó ồ ạt quay về trong hồi tưởng từng trường hợp một. Rồi bổng dưng những điều đó hình như tiếp sức cho ông mạnh mẽ hơn ,khơi dậy lòng căm hờn và phản kháng. Nó tiếp sức cho ông can đảm chấp nhận điều xấu nhất trong cuộc sống để được sống thực sự dù chỉ một ngày trong cuối đời ông.

Chiếc Lexus chạy với độ 80 cây số giờ mà bà vợ vẫn cứ thúc giục tài xế chạy nhanh hơn. Vì hơn lúc nào hết bà không muốn kéo dài thời gian nầy trên đường về sẽ làm nguôi dần lòng căn hận trong bà, nhất là thấy bộ dạng thảm hại của ông chồng phản bội sẽ làm cho bà có chút thương tâm. Có thể sẽ làm giảm đi tính quyết liệt trong kế hoạch mà bà đang xây dựng trong đầu. Dứt khoát bà không để mình bị xiêu lòng – bà tự nhủ. Giờ đây bà đã đạt được mục đích, trả được mối hận trong lòng bà đối với ông chồng trăng hoa gian dối đã làm bà phải chịu cô đơn lạnh lẽo trong nhiều năm qua. Bà hận ông, vì chính ông đã phá đi hạnh phúc gia đình, phá đi biết bao điều tốt đẹp khởi đầu từ tình yêu mà bà đã dành cho ông khi bà đang ở vào thời kỳ tươi đẹp nhất của đời con gái.

Ngày ấy . Bà là một cô giáo có nhiều triển vọng chính trị, đẹp và thông minh biết bao chàng trai theo đuổi. Vậy mà bà đã bỏ hết vì yêu ông, một người mà tiền đồ không mấy sáng sủa . Bà sống hết mình vì chồng con. Đó là những năm tháng vất vả nhất, bà phải làm việc 15 giờ một ngày . Bà không quan tâm gì đến bản thân mình đến nổi bạn bè phải nhắc nhở mỗi khi gặp mặt. Rồi chính một tay bà đã xây dựng nên cơ nghiệp kinh doanh đồ sộ cho gia đình và cũng chính từ đó chồng bà đã vươn lên đỉnh cao danh vọng .

Khi người đàn ông đạt được mục đích thì người phụ nữ là phương tiện phụ thuộc – bà nghĩ - Nó chỉ là một thứ trang trí cho cái bề ngoài hạnh phúc giả tạo , tô điểm một mái ấm mà người đàn ông danh giá nào cũng cần có . Bà hận ông là vì đi đâu ông cũng nói với mọi người rằng ông rất yêu bà. Mỗi lần có tiệc tùng của bạn bè, ông luôn âu yếm bà trước mặt mọi người . Những lần như thế bà cảm thấy ghê tởm nhưng gượng cười như mình đang hạnh phúc. Bạn bè nào ai có hiểu ! Có ai hiểu được giữa vợ chồng bà khi ở trong gia dình là hai vật thể sống không có tình yêu và thiếu cả tình người ! Bà cho rằng những gì bà đang làm đối với chồng bà là hoàn toàn đúng mà không một người bình thường nào có thể chê trách bà. Bà cũng tin rằng những đứa con bà, những đứa con mà bà đã bỏ nhiều công sức để giáo dục chúng theo cách sống của bà sẽ đứng về phía bà. Tất cả suy nghĩ đó đã giúp bà cảm thấy dể chịu hơn. Bà thả lỏng cơ thể và sửa lại thế ngồi. Chiếc xe lặng lẽ muộn phiền lao về phía trước .

***

Khi xe về đến nhà, bốn người con đã chờ sẵn . Người con trai lớn “áp tải” cô gái được xem là tang vật cho cuộc bắt ghen vào nhà. Cô ta vừa đi vừa cười, cố sửa lại mái tóc rối bời bằng năm ngón tay vuốt nhẹ hai bên và tỏ vẻ như không có gì xảy ra đối với cô. Một vài kẻ ăn người ở trong nhà lấp ló đứng xem. Họ nghĩ rằng, chắc cô gái ấy sẽ hổ thẹn lắm. Nhưng họ đâu biết rằng, khi mà sự hổ thẹn vượt tới mức độ tột cùng thì nó trở thành bình thường kỳ lạ. Hai người con gái dìu bà mẹ vào nhà , bà quị xuống nghẹn ngào ôm lấy con bà ! Tất cả thể lực của bà giờ như cạn kiệt sau khi phải chịu đựng cú sốc quá lớn. Người bố vừa bước xuống xe , cô con gái út,đứa con đẹp nhất nhà mà ông yêu quý , giằng lấy tay ông .

- Bố ơi ! Bố không xấu hổ hay sao ? Bố đã lừa dối mẹ, lừa dối chúng con – cô bé bật khóc thành tiếng.

- Bố xin lỗi con, đừng khóc con ạ. Chuyện không phải vậy đâu con . Ông kéo đứa con vào lòng nhưng cô bé xô ông ra rồi bỏ chạy.

Ngay sau đó , cuộc họp gia đình được diễn ra trong căn phòng với đầy đủ tiện nghi nhưng mọi người cảm thấy chẳng thoải mái chút nào . Người chồng ngồi trên chiếc ghế bành bằng mây, cúi mặt chờ đợi người chủ trì tuyên bố lý do . Cô gái được xem là tội phạm ngồi với gương mặt bất cần, chẳng quan tâm những gì diễn ra chung quanh cô. Thỉnh thoảng cô mĩm cười vu vơ ẩn chứa một thái độ ngạo mạn . Người vợ hình như rất khó khăn mới mở được lời . Tay bà hơi run , bà cố bám chặt thành ghế và che dấu sự xúc động thực sự bên trong.

- Như các con đã thấy – bà cố gắng ra vẽ bình tỉnh mở lời – bố các con đã làm một việc tồi bại , dối vợ dối con phá tan sự bình an và hạnh phúc gia đình này . Bố con đang sống với người phụ nữ khác rồi – bà cố gắng chỉ vào cô gái ngồi bên . Quá xúc động bà úp mặt vào hai lòng bàn tay , đôi vai run run nghẹn ngào không nói thêm lời nào nữa .

Không khí trong phòng trở nên lạnh ngắt , chùng xuống lo âu ! Người con trai lớn không nói nữa lời , mắt đăm đăm nhìn lên bức hình của bố mẹ anh chụp chung treo trên tường với nụ cười tươi như ngày cưới. Bổng anh ta đập mạnh nắm tay xuống bàn làm mọi người giựt mình. Anh thở dài ! Im lặng . !

Nầy cô kia – cô gái giựt mình – cô có biết cô lớn hơn tôi bao nhiêu tuổi không và nhỏ hơn chị thứ hai tôi bao nhiêu tuổi không ? Thế mà cô lại đi lấy bố tôi, người đáng tuổi bố, cô không biết nhục sao ? – cô gái út vừa nói và đứng lên muốn lao tới chổ cô gái được xem là "tội phạm". Bố cô la lên :

- Không được con ơi, không hẳn như thế đâu con ! Cô con gái quá xúc dộng mím chặt đôi môi run rẩy và mọi tức giận dồn lên đôi mắt cô đỏ hoe đượm đầy nước mắt . Rồi cô quay sang bố :

- Bố đi lấy một cô gái đáng tuổi con mình mà bố làm được sao bố ! Bố có còn xứng đáng để chúng con gọi tiếng bố nữa không ? Không lẽ hôm nay bố con đã chết rồi ! Thế rồi, ba cô con gái ào lên tức tưởi .

- Im ngay, cái gì mà khóc – người con trai lên tiếng.

- Bố à , bố hãy tự xử như người đàn ông chân chính đi bố. Gia đình này hết chịu nổi rồi !

Để tránh um xùm tai tiếng – bà vợ lên tiếng – tốt nhất ông nên ký giấy giao hết tài sản lại cho các con rồi ông sống với người phụ nữ nào tùy thích và tôi cũng không muốn thấy ông có mặt trong gia đình nầy nữa – bà vợ phát biểu một cách gay gắt và liếc mắt sang các con bà như tìm sự đồng tình.

- Được rồi – ông chồng nói – tôi sẽ làm tất cả những gì mà mọi người muốn. Tôi đề nghị bốn ngày nữa chúng ta họp lại để hoàn tất thủ tục.

Bà vợ mĩm cười trong lòng và tưởng tượng đến ngày chồng bà ra đi mốt cách thảm não trước áp lực của các con bà .

***

Cuộc họp lần thứ hai của gia đình được ấn định vào một buổi tối. Trước đó bà vợ để ý từng cử chỉ của ông chồng .

Bà ngạc nhiên vì sau ngày cuộc họp đầu tiên ông đi làm về rất đúng giờ và giới hạn đi ăn cơm khách vào buổi tối như thường có. Xem ra ông còn tỉnh táo hơn trước . Ông dành thì giờ cười đùa với cháu nội nhiều hơn . Mỗi khi ở công ty về nhà là ông rút vào phòng và không tiếp xúc với ai. Thỉnh thoảng bà đi ngang qua phòng chỉ nghe văng vẳng tiếng nhạc. Hôm đó, đúng vào ngày ấn định cuộc họp, bà và các con tụ họp đầy đủ chờ ông về . Ông bước vào phòng trên tay cầm tờ giấy gấp đôi , ông không ngồi dù mọi người đếu ngồi, ông nói ngay :

- Xin mọi người đừng nói gì hết, cho tôi nói ít lời trước đã . Anh xin lỗi em – ông quay mặt nhìn vào vợ ông – bao nhiêu năm qua anh đã gây cho em biết bao buồn phiền . Và bố cũng xin lỗi các con – ông liếc mắt đến từng đứa con, nói tiếp : Bố không phải là người bố tốt, không mẫu mực và lý tưởng như các con nghĩ . Bố đã làm cho các con thất vọng.Nhân cuộc họp gia đình này – ông nhìn thẳng vào vợ ông – anh xin gửi em tờ đơn ly dị xin em hãy ký cho anh.

- Làm sao lại như thế bố , không thể…! – các con ông đồng thanh la lên.

- Các con hãy để bố nói hết, Riêng về phần các con

- giọng ông rất nghiêm, nói tiếp: sau khi ra tòa , về phần tài sản được chia cho bố, bố sẽ để lại hết chocác con, nhưng các con chỉ được chia nhau khi bố mất.

Vì bố không muốn thấy sự tranh giành tài sản giữa con cái của bố khi bố còn sống . Riêng ngôi nhà nầy, bố nghĩ rằng bố có quyền ở lại một thời gian ngắn trước khi bố tìm được chổ ở mới . Bố nghĩ quyết định này phù hợp theo đòi hỏi của mẹ và cả con – có tiếng nhốn nháo từ mấy đứa con - ông đưa tay ra hiệu "im di" rồi ông nói tiếp . Bố biết nếu bố còn ở lại đây bố sẽ không sống nổi với sự tẻ nhạt của mọi người và nhất là sự xúc phạm củacác con đối với người bố xấu xa nầy . Bây giờ đây bố phải tự giải thoát đời mình để khỏi vướng bận vào bất cứ ai , bất cứ người đàn bà nào cho đến ngày bố nhắm mắt . Xin mọi người đửng lo cho tôi . Rồi ông vội bước ra khỏi phòng bỏ lại bên sau tiếng gọi "bố ơi đừng đi bố ơi" cùng tiếng sụt sùi hối hận của các con ông .

Người vợ cầm lấy tờ đơn trên tay trong bàng hoàng như vừa trong cơn mộng . Bà không tin điều này lại xảy ra vì chồng bà rất sợ dư luận . Thế mà kết cục lại như thế này ! Bà cảm giác như có một cơn gió lạnh – đang len vào làm mắt môi bà run rẩy , môt sự suy sụp toàn thân mà bà không thể nào cưỡng nổi ! Giờ đây không còn "con tim chai cứng" và "lòng đã giá băng " mà bà từng tự hào với bè bạn. Bà có cảm giác mất hết rồi , mất tất cả ! Vì mục tiêu trả mối hận trong lòng bà đã mất hướng đi .Bà đang bắn viên đạn vào khoảng không tăm tối, tất cả biến bà thành người thua cuộc đáng thương ! Bà luôn tự hào là người cứng cỏi , nhưng giờ đây bà là người đàn bà yếu đuối – yếu đuối thực sự ! Bà khóc , khóc trong sự tủi hờn mà những giọt nước mắt ấy đang trêu chọc trên má bà , chê trách về sự mậu thuẩn YÊU và HẬN trong nội tâm bà. Vì trong lúc nầy đây, khi biết chồng bà đã quyết định bỏ đi thì bà mới nhận ra một cách rõ ràng rằng, bà còn yêu chồng và tình yêu ấy tiềm tàng mảnh liệt hơn mối hận trong lòng bà mà bao năm bà nghĩ rằng nó quan trọng hơn !/

DŨNG NGUYÊN

NGUYỄN AN BÌNH
ĐÊM TRỪ TỊCH

Đêm nay có phải đêm trừ tịch
Mà dấu hài xanh tựa chiêm bao
Khoảng khắc giao thừa thôi đọng lại
Lạc dấu cội nguồn tận kiếp sau.

Có phải tiếng chim qua điếm cỏ
Sao còn ngơ ngẩn dưới cầu sương
Người trong tranh đã thành cổ tích
Một Giáng Kiều xưa lạc cuối đường.

Đêm nay dưới gốc mai trăm tuổi
Bên bếp lửa hồng đọc cổ thi
Tình ẩn trong từng trang sách cũ
Chập chờn say giấc mộng hồ ly.

Thôi đành gác lại bao phiền lụy
Đời người theo bóng hạc bay qua
Sênh phách cuối mùa thay xiêm áo
Ngàn sau hận khúc "Hậu đình hoa".

NGUYỄN AN BÌNH

NGUYỄN HỒNG LINH

NHỚ MÙA GIÁNG SINH

Khúc đêm đông ngày biệt ly
Giáo đường thánh thót cung đàn
Anh, em một đời khắc ghi
Tiếng ca ngày ấy nồng nàn

Chuông thánh giáo đường ngân vang
Giáng sinh nguyện cầu an lành
Năm nao sánh bước rộn ràng
Bên nhau hạnh phúc ngày xanh

Con qùy lạy Chúa lòng thành
Sáng ngời máng cỏ đêm đông
Bê Lem vang lời ca thánh
Tha phương vời vợi xa trông

Lang thang phố lạnh tuyết đông
Khăn quàng không đủ ấm lòng
Dừng chân giáo đường hoài vọng
Noel... Sài Gòn... nhớ mong.

NGUYỄN HỒNG LINH

TRẦN DANH THÙY
TRÀ, 'NGHỀ CHƠI CŨNG LẮM CÔNG PHU'... (*)

Chuyện 'trà dư tửu hậu' đã có ở Trung Hoa cổ xưa cách đây … 5,000 năm. Theo truyền thuyết, hoàng đế Thần Nông (Shen Nung) là một nhà cai trị khéo léo, một nhà khoa học năng động và một mạnh thường quân nghệ thuật. Ông đã ra sắc lệnh bắt buộc người dân phải nấu chín nước uống như một cách phòng bệnh. Một ngày mùa hạ kia, khi đang thăm viếng một miền xa xôi của vương quốc, ông và đoàn tùy tùng dừng chân để nghỉ ngơi. Theo lệnh của ông, quân hầu phải nấu nước cho đoàn tùy tùng uống. Những chiếc lá khô từ những bụi cây gần bên bỗng nhiên rụng xuống nồi nước đang sôi và nước trở nên có màu nâu. Là một nhà khoa học, nhà vua vô cùng thích thú với loại chất lỏng này. Ông uống thử vài ngụm và cảm thấy nó rất dễ chịu. Và như vậy, theo truyền thuyết, trà 'ra đời'.

Trà sau đó được tiêu thụ rộng khắp thông qua văn hóa Trung Hoa đến mọi phương diện xã hội. Năm 800 sau Công Nguyên, Lục Vũ (Lu Yu) đã viết Trà Kinh, một cuốn sách kinh điển về trà. Ông mồ côi lúc bé và được dưỡng dục bởi những tu sĩ Phật giáo uyên thâm của một trong những tu viện Trung Hoa danh tiếng nhất. Được bảo trợ bởi tự thân Hoàng đế, sách của ông đã bộc lộ triết học Phật giáo Thiền tông khi ông còn rất trẻ. Triết học mà những nhà truyền đạo Phật giáo Thiền tông đã truyền sang vương quốc Nhật Bản về sau. Những hạt giống của cây trà đầu tiên được mang về Nhật Bản bởi tu sĩ Phật giáo Yeisei khi ông trở về nước. Yeisei hiểu rõ giá trị của trà Trung Hoa là nâng cao sự thiền định. Ông được xem như là "Cha đẻ của Trà" ở Nhật Bản. Cũng do sự tương hợp này, trà luôn được kết hợp với Phật giáo Thiền tông ở Nhật Bản. Tại xứ sở này, trà đã nhận được hầu như tức thời sự đỡ đầu của nhà vua và nhanh chóng được công nhận từ hoàng gia và những tu viện đến các giai tầng xã hội Nhật.Do sự sáng tạo của Trà đạo Nhật Bản, trà đã được nâng lên thành một loại hình nghệ thuật. Nó đã được viết thành sách bởi Lafcadio Hearn, một nhà báo kiêm sử học Hy Lạp gốc Ai-len, một trong số ít người nước ngoài được công nhận quyền công dân Nhật Bản thời đó. Ông viết: "Trà đạo cần nhiều năm huấn luyện và thực hành để thuần thục. Tuy nhiên, về đại thể cũng như về tiểu tiết, nó không chỉ là pha trà và phục vụ một tách trà. Vấn đề quan trọng bậc nhất là nó được thực hiện một cách hoàn hảo nhất, lịch sự nhất, duyên dáng nhất, quyến rũ nhất có thể."

Sự thuần khiết về hình thức và về biểu hiện đã tạo nên nghệ thuật và sự phục vụ cao cấp. Trà quán (chaseki) là một kiểu kiến trúc đặc biệt dựa trên sự sao chép của một ngôi lều trong rừng rậm. Những nữ chủ nhân văn hóa và nghệ sĩ Nhật Bản, Geisha, chuyên giới thiệu về trà đạo. Và vì sau đó, ngày càng có nhiều người 'liên lụy' với trà, sự thuần khiết của những khái niệm về trà của Thiền tông nguyên thủy dần mất đi. Trà đạo trở nên sai lạc, hủ bại và phức tạp. Những cuộc "đấu trà" được tổ chức trong giới nhà giàu, nơi giới quý tộc thi nhau giành giật những giải thưởng 'khủng' cho việc đoán tên trà. Việc tưởng thưởng những kẻ chiến thắng với lụa, áo giáp và đồ trang sức là hoàn toàn xa lạ với quan điểm Thiền tông nguyên thủy của trà đạo.

Có ba vị Thiền sư đã khôi phục trà trở về vị trí nguyên thủy của nó trong xã hội Nhật Bản. Một trong ba vị đó là Sen-no Rikyu (1521-1591), người đã đặt ra những tiêu chuẩn khắt khe cho trà đạo được áp dụng rộng rãi không hề suy suyển cho đến ngày nay. Rikyu là người có ảnh hưởng lớn đến lãnh chúa Shogun Toyotomi Hideyoshi, người trở thành 'thánh bổn mệnh' của trà đạo vĩ đại nhất Nhật Bản, một tướng quân, nhà chiến lược, nhà thơ và nghệ sĩ, nhà lãnh đạo độc đáo đã đưa trà đạo vào cuộc sống Nhật Bản. Từ đó, trà cũng đã trở thành một món quà tối thượng: các chiến binh thời ấy thường dùng trà trước khi xông pha trận mạc.

Trong khi trà đang 'hot' ở Nhật Bản và Trung Hoa, món uống 'vô danh' này mới bắt đầu xâm nhập vào châu Âu. Những người dẫn đầu các đoàn lữ hành đã từng nói đến trà, nhưng rõ ràng họ chưa biết đến những nghi thức dùng trà khi có tài liệu tham khảo nói rằng lá trà được đun sôi, được ướp muối, được tẩm bơ và được … ăn. Người châu Âu đầu tiên tận mắt 'chứng kiến' trà vào năm 1560 là Jesuit Father Jasper de Cruz, một công chúa Bồ Đào Nha. Với công nghiệp hàng hải tiên tiến, Bồ Đào Nha là quốc gia đầu tiên được đặc quyền giao thương với Trung Hoa và cũng chính nhờ vào chuyến hàng đầu tiên đến đất nước này mà Father de Cruz đã được 'nếm' trà cách đó 4 năm.

Người Bồ đã thiết lập một thương lộ để 'ship' trà đến Lisbon, thủ đô của họ. Từ đây, những con tàu Hà Lan 'xuất' nó sang Pháp, Hà Lan và các nước vịnh Baltic. Lúc bấy giờ Hà Lan đã sáp nhập về chính trị như một 'vệ tinh' vào Bồ Đào Nha. Mối quan hệ này thay đổi vào năm 1602 khi ngành hàng hải của Hà Lan đã phát triển và có quyền giao thương với tất cả các nước Thái Bình Dương.

Cũng do sự phát triển của hàng hải Hà Lan ở Thái Bình Dương, trà đã trở nên 'thời thượng' tại thủ đô Copenhague của nước này. Và cũng phần do có giá cao, trà thuộc về 'lãnh địa' của giới giàu có.

Tuy nhiên, dần dà, do khối lượng trà được nhập khẩu tăng, giá trà giảm xuống cho phù hợp với doanh số cũng gia tăng. Ban đầu trà được đưa đến người tiêu dùng từ các nhà bào chế với những 'gia vị' khá mới và hiếm như gừng, đường. Đến năm 1675 thì nó được bán đại trà tại các cửa hàng thực phẩm khắp đất nước Hà Lan. Và cũng vì mức tiêu thụ trà trong xã hội Hà Lan tăng vọt 'đầy kịch tính', các bác sĩ và giáo sư của đất nước này đã tranh luận sôi nổi về tác dụng cũng như tác hại của trà. Đại đa số những 'tín đồ trà giáo' đã phớt lờ những cuộc tranh cãi 'viễn vông' và tiếp tục hưởng thụ món uống mới của họ mặc cho mọi cuộc 'khẩu chiến' kéo dài hơn hai thập kỷ kể từ năm 1635. Đó cũng thời gian mà Pháp và Hà Lan 'rù quến' cả châu Âu cùng họ 'thưởng' trà.

Như một cơn lốc từ phương Đông quét qua, trà trở thành lối sống mới ở châu Âu. Nhà phê bình xã hội Marie de Rabutin-Chantal, nữ hầu tước Sévigné, đã biết 'thêm' sữa vào trà năm 1680. Cũng vào năm đó, những lữ quán ở Hà Lan cho ra đời trà quán đầu tiên. Những chủ quán phục vụ khách ở đây với những bộ đồ trà với dụng cụ hâm nóng. Sau đó, khách sẽ uống trà ở ngoài vườn quán. Trà thì phổ biến ở Pháp chỉ khoảng 50 năm rồi được thay thế bởi những thức uống 'mạnh' hơn như rượu, sôcôla và cà phê.

Anh quốc là một trong ba hải quốc tham gia giao thương với Trung Hoa và các nước Đông Á. Những mẫu trà đến Anh vào giữa những năm 1652 và 1654. Và trà đã nhanh chóng thay thế rượu bia như một loại quốc ẩm của xứ sở sương mù.

Trong khi đó, ở Hà Lan, giới quý tộc đã chứng thực và 'bảo kê' trà. Khi vua Charles II kết hôn với công chúa Bồ Đào Nha Catherine de Braganza năm 1662, cả hai sau đó, đã trở thành … 'tín đồ trà giáo'. Và rồi, hai nhân vật quyền uy này đã 'du nhập' trà thống vào Anh quốc.

Vương quốc Nga cũng 'hợp tác kinh doanh' với Trung Hoa và Nhật Bản qua East Indian Company. Người Nga bắt đầu 'mê' trà từ đầu năm 1618 khi Tòa Đại sứ Trung Hoa ở Moscow tặng Nga hoàng Alexis mấy bộ ấm chén. Năm 1689, hiệp ước thương mại Newchinsk thiết lập biên giới chung giữa hai nước Nga và Trung Hoa cho phép các đoàn lữ hành qua lại tự do. Lộ trình dài 11,000 dặm và người ta phải mất hết 16 tháng để đi hết con đường với mỗi đoàn người cùng 200 đến 300 con lạc đà. Cuối cùng thì giá trà bị đẩy lên cao đến nỗi chỉ có giới nhà giàu mới có khả năng 'tiêu thụ'. Chỉ đến khi nữ hoàng Catherine tạ thế, giá trà mới giảm xuống đôi chút và lúc ấy, trà mới 'lên ngôi' ở xứ bạch dương.

(*): trích TRUYỆN KIỀU của thi hào NGUYỄN DU.

TRẦN DANH THÙY

Dịch từ ACTUAL READING PASSAGES

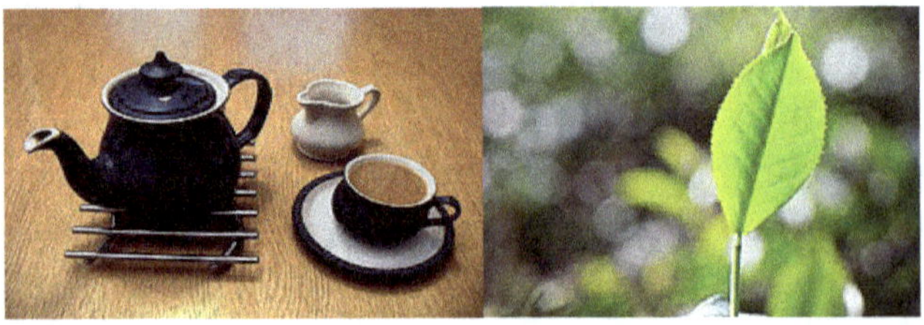

TÔN NỮ MỸ HẠNH

MÙA XUÂN BAY THEO CÁNH THIÊN DI

Em vẽ một đường bay
Theo dấu thiên di về phương Nam xa tắp
Qua sông Tiền mênh mông sóng vỗ
Sông Hậu đỏ nặng phù sa
Mấy ngọn cù lao xanh dập dềnh tôm cá
Mấy mùa bão lũ chông chênh
Cánh đồng hạn mặn quắt queo
Cùng những ngày giáp hạt
Khát vọng trôi theo tiếng độc huyền cầm
Ngọt ngào bài ca dao
Lời đối đáp huê tình đêm trăng sáng
Rượt đuổi tiếng hò khoan nhặt
Thêm thương bàn chân lấm láp đất phèn
Cha ông thời mở cõi.

Đường bay của em mang theo
Ước hẹn muối mặn gừng cay
Của nàng Tiên Dung ngàn năm trước
Trên bãi sông Hồng đầy gió
Tiếng sóng ân tình sâu nặng
Buồng đủng đỉnh treo trước cổng chào chín đỏ
Nghi lễ cho một ngày vui
Đơn sơ trong chiếc áo bà ba phương Nam
Ta dừng chân trên con đường phiêu bạt
Trong mùa xuân đầu tiên?

TÔN NỮ MỸ HẠNH

LÂM BĂNG PHƯƠNG
KÝ TỰ LÊN XANH

Mai về lượn lờ phố cũ
Tìm màu sen phủ môi xưa
Tóc thề một thời buông rũ
Bồng bềnh quyến dụ tôi ưa.

Áo dài đằm thắm thẹn thùa
Liếc mắt chau mày hờn dỗi
Tôi theo mải mê sớm tối
Như bị bùa ngải say sưa.

Mùa đông nhà em khép cửa
Từng cơn gió lạnh cứ lùa
Sắt se cho vừa nỗi nhớ
Vô tình trời đổ cơn mưa.

Mùa đông thưa người quạnh quẽ
Đường quen lặng lẽ tôi đi
Quán nước ngày xưa thường ghé
Ghế trống người hẹn chưa về.

Cuối năm đông đi xuân tới
Giao hòa cũ mới điệu thanh
Mầm chồi ký tự lên xanh
Thêu dệt trường khúc xuân lành.

LÂM BĂNG PHƯƠNG

TIỂU LỤC THẦN PHONG
BÀO LẠC

Vô Bích động âm u mờ mịt, nó chẳng thuộc trời chẳng thuộc đất, nó không có tháng năm kiếp số thì nói chi đến thời khắc hay ngày giờ. Nó vốn là lãnh địa của lão Hades từ thuở hồng hoang đến giờ. Lão thường ngồi trên ngai bạch cốt, lúc nào cũng lim dim nhấm nháp ly hắc huyết hoàn tửu, đây là thức uống khoái khẩu của lão ta. Cái ly của y cũng rất đặc biệt, vốn chế tác từ thiên linh cái của bọn người ở nhân gian. Hắc huyết hoàn tửu là thứ mỹ tửu cực độc chỉ riêng Vô Bích động mới chế được. Mỗi khi Hades muốn gọi ai về chầu thì lão nhón ngón út chấm một giọt nhỏ lên sinh mệnh ai là người ấy lập tức vâng mệnh, xưa nay chưa có ai cưỡng được mệnh gọi chầu, dù đó là người cực thông minh hay quyền uy lớn nhất thế gian. Người đã như thế thì quỷ thần, phi nhân, súc sanh không cần phải nói nữa. Ngay cả những vị trời cũng chẳng thoát khỏi, dù đại phạm thiên thọ mạng tám vạn đại kiếp nhưng khi có mệnh thì hoa trên mão héo, thân thể tiết mùi hôi, thân quyến lìa xa... đó là dấu hiệu cho biết sắp đọa. Sự linh nghiệm của hắc huyết hoàn tửu xưa nay là tuyệt đối.

Hades đang tận hưởng khoái lạc do hắc huyết hoàn tửu đem lại, cả người lâng lâng như bay bổng. Chợt nghe tiếng chí chóe của lũ quỷ đầu trâu mặt ngựa đang tranh ăn uống dưới thềm, y khẽ liếc mắt xem khinh, tuy nhiên thỉnh thoảng lão cũng ban phát từ tâm với chúng, cho chúng uống chút hắc huyết hoàn tửu nhưng đã giải độc, ấy là ban phát ân huệ để chúng tích cực hơn trong công việc. Vô Bích động huyền hoặc lập lòe với vô số đóm sáng xanh của những sinh mệnh chưa nhận giọt hắc huyết hoàn tửu.

Chợt có một làn hơi lạnh buốt bốc lên, mùi tanh tưởi tỏa ra khắp cả động. Lão Hades không thèm mở mắt nhưng vẫn biết đó là quỷ Vô Thường đến. Y với hắn ta vốn là bạn đồng môn, quyền lực ngang nhau, tàn độc và vô tình tuyệt đối không khác. Cả hai là cặp bài trùng, là song kiếm hợp bích tung hoành quậy khắp bangàn thế giới. Hades cất giọng ồm ồm:

- Này lão quỷ Vô Thường kia, hôm nay đến đây có việc chi chăng?

- Chào lão Hades, lão khỏe chứ? Tất nhiên ta có chút việc mới đến Vô Bích động

- Nói xem nào

- Thế lão muốn nghe tin tốt trước hay tin xấu trước?

Hades cười gằn:

- Với bọn ta thì làm gì có tin tốt với tin xấu, ngươi khéo vẽ vời.

- Ông nói chí phải, tuy nhiên đây là vấn đề thật có những điều tôi không biết nên mới sanh tâm có tốt xấu như lũ người.

- Vậy ngươi cứ nói huỵch toẹt ra xem sao.

Quỷ Vô Thường cười nhạt, bay vòng quanh vờn lão Hades, đoạn gỡ lấy ly hắc huyết hoàn tửu chiêu một ngụm rồi tằng hắng:

- Lão biết đấy, toàn bộ lũ người, trời, ngạ quỷ, phi nhân, súc sanh... nói chung là loài hữu tình có sinh mệnh ở cõi Sa Bà này do tôi với ông cai quản. Xưa nay chưa có ai thoát khỏi bàn tay chúng ta. Thật ra mà nói thì có trường hợp hy hữu là ông Cồ Đàm đã vượt thoát ra ngoài vòng sanh tử. Mà nào chỉ ông Cồ Đàm, ngoài ra còn có những vị A La Hán và các đệ tử chân chính tu tập đúng đường lối của ông ấy cũng đã không còn luân hồi sanh tử. Với bọn họ thì hắc huyết hoàn tửu chẳng có tác dụng gì, đây là một cái tin xấu cho ông và tôi. Còn cái tin tốt lành rất lớn là hiện nay bọn ma tăng, tà sư cấu kết với gian nhân ác đảng đang ngự trị khắp nơi. Bọn chúng đang phá hoại giáo pháp của ông Cồ Đàm, phá từ trong ra, đây là việc mà năm xưa ông muốn làm nhưng không thành công. Với bọn hồng tăng này thì chúng chẳng thể nào thoát khỏi sanh tử đã vậy chúng còn lôi kéo và dẫn dắt đại chúng đi vào con đường độc đạo của chúng ta. Với bọn này thì chưa cần ban ơn huệ một giọt hắc huyết hoàn tửu chúng đã tự động quy phục để về chầu. Thứ nữa hiện nay quần chúng rất mê muội, bọn họ tuy có tâm tu đạo nhưng vì phước huệ cạn quá nên tin vào sự dẫn dắt của bọn mù lòa, danh văn lợi dưỡng, ông đạo, thầy pháp, thầy cúng mà tất cả líu ríu nối đuôi nhau nhập Vô Bích động mà không hề hay biết trong khi tâm cứ tưởng rằng thoát ra khỏi Vô Bích động.

Nghe thế, lão Haydes nhướng mày nhìn quỷ Vô Thường rồi cười sằng sặc khiến Vô Bích động lay động tựa như động đất:

- Vấn đề chẳng có gì mới, tuy nhiên sự thể ngày càng trầm trọng hơn, có lẽ nhờ vậy mà ly hắc huyết hoàn tửu của ta không bao giờ cạn, mùi vị lại nồng hơn. Hắc huyết hoàn tửu của ta có từ thuở khai thiên lập địa nhưng chưa bao giờ lên màu, lên mùi như hôm nay. Này quỷ Vô Thường, ta với ông là anh em sinh đôi, người đời không thể phân biệt được ai là ông ai là tôi, thật ra tôi với ông tuy hai mà là một, mặc khác tuy một nhưng rõ ràng là hai. Tôi với ông cùng cai quản thế gian nhưng giữa hai chúng ta cũng có những cái khác biệt. Tôi với ông song hành, có mặt trong từng sát na, tôi chỉ ra tay lấy từng sinh mệnh hay có lúc múc cả vô số sinh mệnh trong khoảnh khắc. Tôi ra tay bất thần hay báo tin trước cũng đều phụ thuộc vào phước đức và thọ mạng của chính bọn người. Ông thì khác, luôn ra tay âm thầm. Ông hiện diện trong từng khoảnh khắc nhỏ nhất mà lũ người không thể đo đếm được. Ông bào bọn nhân gian từng tế bào. Ông giày vò chúng. Ông làm cho chúng nó gầy hao, bệnh tật, già nua... trước khi chúng về với ta. Ông bào từng tế bào mà bọn người không hề hay biết, chúng vẫn vô tư tranh ăn, tranh ngủ, tranh hưởng thụ, thậm chí tranh đấu đá và tru diệt nhau.

Quỷ Vô Thường khoái chí cười khúc khích:

- Ông nói phải, tôi bào từng tế bào trên thân xác lũ người, bào trong từng khoảnh khắc, nào chỉ lũ người, tất cả loài hữu tình có xác thân vật chất là tôi bào liên lỉ không hề gián đoạn. Tuy nhiên thọ mệnh dài hay ngắn của chúng không phụ thuộc ở tôi mà ở phước đức của tự thân chúng. Tôi bào từng tế bào của chúng cũng là lẽ tự nhiên chứ chẳng phải muốn làm thế vì có muốn cũng không được mà không muốn cũng không xong. Có một điều là tôi chỉ có thể bào từng tế bào vật chất trên thân thể của chúng, còn tâm niệm hay ý nghĩ của chúng thì tôi không có khả năng bào. Cái vấn đề thuộc tâm thì chúng nó tự bào lấy. Tâm niệm bọn họ cháy rừng rực suốt ngày đêm, cháy trong từng sát na và cháy không hề gián đoạn, cháy từ khi vào đời biết nhận thức, suy nghĩ và hành động. Tâm ý bọn người bị bào, bị thiêu đốt bởi thèm khát sắc dục, quyền lực, danh vọng, địa vị, tài sản của cải vật chất... Ngoài ra còn bị bào như điên như dại bởi ăn uống, ngủ nghỉ, chơi bời...Tâm bọn người do họ tự bào khác nào tự ôm lấy cột đồng cháy bỏng. Ban ngày bị bào vì ngũ dục lục trần, những tưởng đêm về thì ngủ sẽ yên, nào ngờ thần thức đâu có ngủ, vẫn hoạt động không ngừng, vẫn bị bào lạc, bị cháy bỏng vì thất tình lục dục... Bọn họ đâu đợi đến chết mới bị bào lạc ở địa ngục, cuộc sống bị bào từng tế bào, tâm thần bị bào suốt ngày đêm ấy chính là bào lạc ở địa ngục rồi, địa ngục tâm địa ở trần gian. Nỗi thống khổ bào lạc của tâm niệm còn dễ sợ và ghê gớm hơn cái sự bào từng tế bào của quỷ Vô Thường tôi.

Lão Haydes gục gặc đầu, cổ họng phát ra âm thanh đùng đục:

- Nỗi thống khổ của tâm bào lạc, nỗi đau khổ của việc bào từng tế bào khiến cho bọn người sống trong khổ đau, mặc dù đời cũng có những lúc tạm gọi là vui và hạnh phúc. Bởi vậy mà năm xưa ông Cồ Đàm đã nói: "Nước mắt chúng sanh nhiều hơn nước biển". Bọn người khổ đau than khóc khi ta gọi chầu đã đành, ngay cả lúc chào đời cũng khóc oa oa, khóc váng cả lên. Thậm chí lúc sung sướng tột đỉnh cũng chảy nước mắt. Thế mới biết cuộc đời bọn người khổ nhiều hơn sướng, khóc nhiều hơn cười. Bọn chúng trôi lăn trong ba đường sáu nẻo, thăng đọa liên miên nhưng không ra khỏi Vô Bích động của ta. Bọn người ở thế gian thường kháo nhau rằng: "Chẳng có cái gì chắc chắn, chỉ có cái chết là chắc chắn nhất". Điều ấy cho thấy bọn họ biết được quyền lực tuyệt đối của ta và ngươi. Bọn người tuy thấy nhưng cũng như không, cái thấy lý thuyết mà không thực hành. Bọn họ từ vô lượng kiếp đến nay chẳng học được bài học nào. Bọn họ vẫn tham lam, sân hận, si mê như bao đời nay, thậm chí càng ngày càng nặng hơn. Bọn người vẫn tranh giành, đấu đá, truy sát, tru diệt lẫn nhau mà không hề hay biết ta và ngươi đang ngự ngay trong chúng, đang bào từng tế bào thân thể và bào lạc từng ý niệm tâm trí chúng. Loài người từ khi xuất hiện ở thế gian này đến nay đã trải qua vô số kiếp nhưng không làm thế nào tránh khỏi bị ngươi bào và bị ta gọi về chầu. Ta từng thúc thủ trước ông Cồ Đàm. Ta đã dự kiến trước sự việc huy hữu đó và đã cùng với ba đứa con gái của ma vương Ba Tuần là Tanha, Rati, Araga ra sức phá nhưng không thành công. Ông Cồ Đàm vượt thoát sanh tử luân hồi, vượt khỏi bàn tay ta, xuất ra khỏi Vô Bích động.

Quỷ Vô thường tỏ vẻ thích chí, hắn cười ngạo nghễ mặc dù không có chủ ý làm nhục Hades:

- Ông Cồ Đàm đã không còn sanh tử luân hồi, không quay lại kiếp người, tuy nhiên trước khi ông ấy nhập niết bàn tôi đã tận lực bào từng tế bào trên thân xác tứ đại của ông ấy. Tôi bào rát rạt một cách tận tình như mọi người chứ không một chút vị nể. Tôi bào khiến cho thân xác vật lý ông ấy cũng phải nhức đầu, đau lưng, đau chân, kiết lỵ... và già nua. Tôi bào cho đến tận phút giây cuối cùng trước khi ông ấy xả báo thân. Này ông Haydes, ông nói ông thua chỉ có mỗi ông Cồ Đàm là không đúng, ngoài ra ông còn thua những vị A La Hán, các vị đệ tử tu đúng phương pháp mà ông Cồ Đàm chỉ dạy. Những người này dứt hết tình chấp, pháp chấp, ngã chấp. Bọn người này tịch tịnh niết bàn. Hắc huyết hoàn tửu vô dụng và quyền lực vô biên cũng chẳng có giá trị gì.

Lão Haydes tức tối gầm lên như sấm, thanh âm hầm hè cổ họng phát ra đùng đục đầy tử khí. Lão lừ mắt nhìn quỷ Vô Thường, đoạn lão cười không ra tiếng nhưng nét mặt đầy nham hiểm:

- Ngươi nói đúng, dù là vậy nhưng quyền lực của ta vẫn tuyệt đối không suy suyển. Toàn bộ chúng sanh ở cõi Sa Bà này vẫn do ta cai quản. Loài người có những kẻ cực kỳ thông minh như Archimedes, Michelangelo, Albert Einstein, Newton, Galileo...cũng đều phải về chầu ta. Những đại đế lừng danh như Ramses II, Tutankhamun, Alexandre the Great, Quang Trung... đều phải chết. Những bạo chúa ghê gớm nhất như Nero, Tần Thủy Hoàng, Gengis Khan, Hitler... khi nhận giọt hắc huyết hoàn tửu cũng phải lập tức nhập Vô Bích động. Xa xưa đã thế, bây giờ vẫn thế và mai này cũng như thế! Này quỷ Vô Thường, ta nói cho ngươi biết, quyền lực của ta là tuyệt đối nhưng sức mạnh của ngươi thì có chỗ cần xem lại. Quỷ Vô Thường cười nhạt, tỏ vẻ mỉa mai:

- Ông nói xem, chỗ nào?

- Ngươi hiện diện trong từng phút giây. Ngươi bào từng tế bào khiến cho con người hao mòn, bệnh tật, già nua... Tuy nhiên ngày nay con người có thể giải phẩu thẩm mỹ, căng da, bơm độn đủ thứ nên trông trẻ hẳn ra. Thậm chí họ còn có thể thay thế từng bộ phận. Họ đập mặt làm lại bộ mặt khác... Họ làm ngay trong lúc ngươi bào không gián đoạn. Bọn người có thể làm đẹp ra, trẻ hơn thách thức sự bào của ngươi nhưng không vượt nổi quyền lực của ta. Bọn họ có đẹp hay trẻ ra bao nhiêu đi nữa nhưng ta gọi là lập tức đi chầu.

Quỷ Vô Thường vỗ tay cười khanh khách:

- Ông nói hay lắm, ta cũng thấy vấn đề này nhưng đó cũng chỉ là một số ít mà thôi! Có một việc hết sức mắc cười là chính những tay bác sỹ giải phẩu thẩm mỹ giúp người ta trẻ đẹp hơn nhưng bản thân các tay ấy vẫn cứ bị bệnh, bị già như tất cả mọi người. Ông thấy đấy, cái trẻ đẹp do thẩm mỹ chỉ là đồ giả, tự dối gạt mọi người, tự huyễn hoặc bản thân. Bọn người không thể nào chống lại nổi sự bào của ta. Bọn họ bỏ tiền ra để giải phẩu làm đẹp, làm trẻ ra nhưng chỉ trên bề mặt. Còn lục phủ ngũ tạng, trí óc và xương cốt thì vô phương, cứ tàn tạ suy hao theo thời gian bào của ta.

Này Hades, xứ Nam Thiệm Bộ châu có một gã du tử hiệu Lãng Thanh, tay này khá ngông cuồng, y từng huênh hoang khoác lác không sợ quyền lực của ông và tôi. Y nhiều lần muốn noi theo những tay Hermingway, Kawabat Yasunari, Yakio Mishima, Ryunosuke Akutagawa, Kiatamura Tokoku, Dazai Osamu... để hóa thân làm bọt nước trùng khơi, mây trắng trời xanh. Y có tâm niệm không muốn quay lại kiếp người để không phải chịu sự cai quản của ông. Tôi biết y có thành ý nhưng không có năng lực. Y không thể thoát khỏi bàn tay của ông, chí ít là trong kiếp này. Bấy giờ Haydes cất tiếng cười the thé:

- Sao ta lại không biết? Toàn bộ chúng sanh do ta cai quản kia mà! Dù số lượng có nhiều bao nhiêu đi nữa nhưng ta vẫn nhớ mặt đặt tên cho từng người. Ta biết chứ! Gã ấy vốn là kẻ vô tích sự, có làm chi nên đời. Ta biết rõ tâm ý của y nhưng ta để mặc, nếu y có bản lãnh thì cứ vượt qua. Làm bọt nước trùng khơi hay mây trắng trời xanh kể cũng cực đỉnh tuyệt diệu có khác chi niết bàn, tuy nhiên ước muốn là một chuyện còn có thực hiện được hay không là chuyện khác. Ta biết y rất hèn kém, y không có khả năng học theo mấy gã kia tự tìm về chầu ta. Y chỉ có thể chờ một giọt hắc huyết hoàn tửu do ta ban mà thôi! Y muốn hóa thân thành phượng hoàng lửa như những gã kia nhưng y chỉ là con vịt què, thôi thì cứ để y mơ mộng trong thời gian còn tồn tại trong sự bào từng tế bào của ngươi.

- Tôi khịa với ông cho vui đấy thôi, cái gã ấy thì làm nên trò trống gì, một tay bại xụi ở đời. Y là biểu tượng của mọi sự dở dang, nửa đạo nửa đời, nửa khôn nửa dại, nửa tỉnh nửa mê. Y triền miên sống bằng tâm tưởng nhưng chẳng có một ý tưởng nào có thể thành hiện thực.

Lão Haydes lắng nghe và gật gù, xoay xoay cái ly rượu trong lòng bàn tay xem chừng tán đồng với ý kiến của quỷ Vô Thường. Vô Bích động chợt xôn xao nhộn nhạo hẳn lên, trong vô số đóm lửa xanh có rất nhiều đóm chuyển sang đỏ rực. Haydes và quỷ Vô Thường nhìn xuống thềm thấy bọn thủ hạ dắt vào động nhiều vong nhân mới. Nhìn bọn họ là biết ngay vừa đến từ dải Gaza, từ chiến trường Russia – Ukraine, từ biên giới Thái – Campuchia, từ cuộc nội chiến Myanmar, từ Trung Đông, từ các cuộc nội chiến và thanh trừng sắc tộc ở châu Phi... Và vô số từ các bệnh viện khắp cõi nhân gian. Trong đó có không ít những người còn hình tướng của người tu đạo. Có người vận cà sa, áo lam. Cũng có kẻ áo choàng đen, áo thụng đỏ, áo màu da cam, burkha, váy xống thêu ren, mũ chóp... Nhìn một lượt nữa thấy đủ loại rất nhiều phẩm phục của bao nhiêu tôn giáo trên thế gian này đều có mặt. Bất chợt cả Haydes và quỷ Vô Thường hai miệng một lời:

- Trong số này chẳng có lấy một ai vượt thoát, kể cũng đáng thương thay!

TIỂU LỤC THẦN PHONG
Ất Lăng thành, 0825

QUẢNG XUÂN
TÌNH RU BIỂN SÓNG

Đông sang tuyết lạnh lá trơ cành
Trắng xóa mênh mông bức họa tranh
Hơi ấm vòng tay ngoài vạn dặm
Trong lòng héo nghẹn suốt năm canh

Mây trời cánh nhạn rong sương gió
Bão tố mưa sa mãi tròng trành
Có phải mùa yêu đành khép lại?
Tình ru biển sóng khóc song hành .

December 09th 2025

EM NGỒI

Em ngồi…nghe một trời riêng biệt
Nửa hững hờ nửa tha thiết ngây thơ
Ai chợt nhìn cũng lẩn khuất vào mơ…
Và ảo mộng dâng trào lên khóe mắt

Em ngồi đó …hồn vào nơi tịch lặng
Ánh mông lung soi sáng một thiên đường
Tiếng chim hót quyện huyền nhạc vấn vương
Hồn đôi bướm mang tình thương hoa cỏ

Em ngồi đó dáng nàng trông nho nhỏ
Bỗng lóe lên tia sáng chứa muôn màu
Rọi vào hồn đốt cháy trái tim đau
Hòa màu nhớ để ngàn sau bất diệt

Em ngồi đó mùa dâng lên mắt biếc
Lá trên cành khoe sắc gọi tên em
Gió từ đâu mát nhẹ mộng êm đềm
Hồn lãng tử…
                    từng đêm…
                                        về viễn xứ .

QUẢNG XUÂN
December 09th 2025

HỨA HIẾU
Cho Một Nỗi Buồn Bị Thủng Lỗ

Tình yêu rách một nỗi buồn
lỗ thủng to tròn hơn trăng khuya
Hạnh ngộ lạc một ngả ba hẹn
bảng tên đường đã bị xe cam-nhông ủi trúng
quay ngược xuôi
ngả ba sông núi
Từ đấy tôi đi lạc
nơi chốn tôi đến được thì nhà in không nhận in
thiệp cưới
chỉ in giấy báo tử và thiệp chia buồn

Tôi từ đấy khất thực nụ cười
Nhưng ở xã hội bao cấp chỉ có lời than vãn
ăn những con chữ để thở
Nhưng ở môi trường vô sản chỉ có tiếng chửi thề
giú kỷ niệm vào xó góc ký ức
Nhưng với chủ trương đô thị hóa
tôi chỉ còn lăng tẩm
của niềm vui

Từ đấy tôi đầu đường xó chợ
chờ dịp trở lại cái thị trấn duyên nợ
xuất bản lậu
những bài thơ tình luống tuổi đã ăn nhậu
cùng tôi
những ngày lễ thất tình
sến xẩm

Thực ra tôi chẳng có đời sống nào để em có thể hủy diệt
được
ngoại trừ cái đời sống đang há miệng
ngồm ngoàm bánh lễ của niềm tin
và ừng ực nước thánh của sinh tồn
Một kẻ có đủ điều kiện để vô gia cư
lại không có cửa để vô gia cư

Em có thể xé vụn
nhưng em không thể đốt cháy linh hồn
những bài thơ
đang bám víu vào lắm cây cảnh thành phố
văn học dân gian
văn chương truyền khẩu
có tuổi thọ lâu hơn tình yêu chúng ta

Hậu hiện đại là một khối u ác tính
một dòng chảy bất thường
dăm khục khặc không nguyên nhân
ngắn dài tùy hỉ
không như cao tốc của cuồng quốc thơ
thướt tha tha thiết
nhởn nhơ phượt

Em có thể thiết kế nội thất
i chang ý tưởng nghệ thuật trình diễn tăm tiếng
nhưng em không thể cho phép giòng họ tự hão cắm dùi hộ
khẩu trong trái tim tơ lụa
của hạnh ngộ

Mỗi nơi chốn đi qua em đều không để lại vết tích
ngoại trừ biệt tích
Thùng chứa rác nhưng không đựng rác

Thực ra tôi chẳng còn đời sống nào để em có thể hủy diệt
được
kể cả rác
Chúng sẽ được tái chế
thành giấy
bộ tộc abc tiếp tục nẩy mầm
rồi em lại xé vụn
Nhưng linh hồn chúng đời đời kiếp kiếp
vẫn là thơ.

HỨA HIẾU

HỜ XOA

Phía còn lại

Em vội đi
Tìm miền đất chôn thời con gái
Còn lại phía hoàng hôn ráng đỏ chân trời

Rừng chiều tháng năm rơi vài tiếng con tu hú
Tôi còn đợi một mùa sim
Cánh đồng mùa thu mưa giăng đầy

Gặp nhau như ngày gặp đêm
Đời hóa thành chạng vạng
Loài dơi chập choạng đầu truông

Những mùa hoa đã chất đầy kỉ niệm
Hò hẹn xanh rêu
Những câu thơ hoang vu, bụi bặm

Phía trời đó long đong mùa Thiếu nữ
Long đong cả những cột đèn
Chợt đỏ, chợt xanh...

Ngày xuống phố
Con đường nào cũng dẫn về dĩ vãng
Ngập ngừng tôi đi tìm tôi...

HỜ XOA

ĐINH VĂN TUẤN
KHÔNG TÊN

Thơ tan chảy lời khô cạn ý
Mộng ngút trời ngẫm nghĩ thẳm sâu
Tình say vút cõi nhiệm mầu
Tàn phai tục luỵ úa màu cô liêu

KHẮC KHOẢI
Trầm tư khắc khoải mỏi mòn
Nửa tình cô độc nửa hồn chia phôi
Phương trời viễn mộng u hoài
Thoáng nàng tim thắt thoáng tôi nghẹn lòng

TRĂNG RƠI
Say sưa mấy độ thu về
Sầu thêm chất ngất dặm khuya lạc loài
Trăng rơi hồn mộng phôi phai
Bến xưa sương khói góc trời lãng du

LỮ THỨ
Chia phôi từ thuở ban đầu
Nhớ nhung ảo mộng tình sầu mênh mang
Thoáng nàng ẩn hiện vô thường
Triền miên tâm tưởng vấn vương đoạ đày
Chữ yêu đỉnh thẳm khói mây
Dấu chân lữ thứ cuồng say cuối trời

ĐINH VĂN TUẤN

LÊ KHÁNH NHÂM

TẾT QUÊ

Lá dong nằm nhớ bếp
Tay mẹ gầy tháng chạp
Lửa reo từ ký ức
Rụng vào lòng tro tàn

Gió thơm mùi nếp cũ
Khói vòng lên mái nghèo
Tiếng cười xưa gãy khúc
Vỡ trong chiều rêu treo

Trẻ mong điều rất nhỏ
Người già gom lặng thinh
Mứt khô như chuyện kể
Chạm vào ai lặng thinh

Một đời đi, rồi mất
Còn mùi hương ở hoài
Mỗi lần xuân trở gót
Là tro tàn mọc chồi

Tết không là ngày tháng
Mà là lúc quay về
Nơi thời gian lặng lẽ
Cắt hồn người thành quê.

LÊ KHÁNH NHÂM

NGUYÊN MINH

Về nguồn

Nhân gian chỉ kiến thiên sơn tú,
Thùy thính viên đề thâm xứ thâm.
(Tuệ Trung (1230-1291)

Người đếm bước giữa muôn trùng sóng động,
Dấu chân hằn trên cát bụi thời gian,
Mây phiêu lãng ngàn năm trong thoáng mộng,
Rêu cỏ ta người xanh mịt phủ trời trăng.
Bờ đá dựng giữa hồn thơ cổ độ,
Biển nguyên sơ dào dạt sóng yên bình.
Mưa rơi xuống như cội nguồn muôn vật,
Người cúi đầu trong ân sủng vô minh.
Mưa rơi xuống gội trăm nghìn khổ nhục,
Nắng hong vàng trái chín ngọt thơm môi.
Gió ngàn phương về che chở vành nôi,
Người bật khóc trong tiếng à ơi muôn thuở.

Nắng vẫn tỏa tự tầng cao bát ngát,
Mưa từ trời mà đất mãi khát khao.
Bình minh lên mây trắng vẫy tay chào,
Hạt sương sớm long lanh tình vạn hữu.
Hoa vẫn nở vườn xưa chim vẫn hót,
Người vẫn đi trong trầm mặc bao đời.
Dòng máu đỏ trái tim hồng muôn thuở,
Tự ngàn xưa và mãi đến ngàn sau.
Nắng trên đầu và mây tỏa dưới chân đi,
Người nhẹ bước giữa vườn xưa hương tỏa ngát,
Và từ đó trên đỉnh nguồn chim hót,
Tiếng vượn trầm xuyên suốt chuỗi thời gian.

NGUYÊN MINH

ĐẠI DUY
PHÍA NHỮNG NGÀY TRONG VẮT

Viên bi lăn trong tay thơ dại
tròn xoe chuyện bốn phương trời
vệt phấn trắng hằn trên đất đỏ
cánh diều đón trời xa xăm.

Trận mưa rớt bên hiên ký ức
vẫy gọi nỗi niềm chưa biết tên
chúng ta nép gần nhau thủ thỉ
đứa khóc tỉ tê rồi khúc khích bật cười.

Buổi trưa đọng trên lưng trâu ngủ
cào cào bay khỏi bàn tay
chuồn kim chạm dòng mương cạn
thấp thoáng hoàng hôn cứ ngả gầy.

Quê hương ghé trong hương đất biếc
gửi vào vết trầy thuở bé con
ẩn trong vị ổi giắt bên áo
vang từ bếp lửa nhẹ nhàng.

Trong khoảnh khắc nhắm bờ mi lại
đồng xưa mở cánh cửa trời
đám bạn nhỏ đuổi theo phía trước
tay nâng từng ngày chẳng chịu vơi.

ĐẠI DUY

TRUNG PHONG
CA DAO XUÂN

Thềm xuân đã thoảng hương về
Đẫm trên sắc lá gió khe khẽ lời
Cánh đào bung vạt nắng rơi
Thêu vào mây trắng lưng trời én đưa

Chạp bồng bềnh cả sợi mưa
Lại nghe cái lạnh mãn mùa chưa thôi
Em đâu còn mặc yếm sồi
Tôi thờ thẫn ước nụ chồi áo hoa

Ngõ mình chật tiếng chân qua
Phiến rêu dày mấy nẻo xa cũ càng
Sao người bận những đa đoan
Cuối năm hội sắp theo làng mua vui?

Bao nhiêu mùa cũ qua rồi
Nguyên sơ một nếp là tôi chất chồng
Bao nhiêu triền ái, bờ mong
Xuân đà gói ghém tấc lòng đầy hương.

TRUNG PHONG

NT LỆ THU
Âm Ngạn

Mùa đổ hàn tro vây tố y
Đợi người, ta chuốc chén sầu ly
Mười phương tịch diệt mờ nhân ảnh
Chỉ thắm rơi vào nẻo phạn hy

Uẩn ức trầm hương xông cửa tĩnh
Soi lòng lên phiến hạo kỳ gương
Trăm năm di lụy sầu cô định
Giam chút dư hương dưới dạ đài

Phù thế nghịch triều mà khắc khoải?
Trùng lai là ảo ảnh phi minh
Bóng ngồi hóa thạch bên âm ngạn
Giữ vẹn nguyên một đóa tâm mình

Tuyết phủ Vong Xuyên mờ lối cũ
Nghe hồn diều diều gọi tên nhau
Dẫu mai thành đóa ly bi vũ
Mượn chút trăng gầy... soi bóng đau

NT LỆ THU
2212250125

NHẬT KÝ VĂN HỌC

Bước sang tháng Giêng năm 2026, sinh hoạt Văn Học Nghệ Thuật trong nước diễn ra trong không khí giao mùa – giữa tổng kết và khởi hành. Từ Bắc chí Nam, mỗi miền mang một sắc thái riêng, nhưng cùng chung một nhịp: giữ gìn, tiếp nối và làm mới đời sống văn chương nghệ thuật Việt Nam."

NHẬT KÝ VĂN HỌC – THÁNG 1 / 2026

Tháng Giêng mở ra không hẳn bằng tiếng pháo, cũng chưa kịp rộn ràng sắc Tết, nhưng đã mang theo một thứ không khí rất riêng: không khí của sự chuyển mùa trong tâm thức. Những ngày cuối năm 2025 vừa khép lại, Giáng Sinh sẽ rực rỡ ánh đèn, Tết Dương Lịch vừa đi qua với những lời chúc xã giao, và ở phía trước là Tết Nguyên Đán đang lặng lẽ đến gần.

Trong khoảng lặng ấy, sinh hoạt Văn Học Nghệ Thuật như một dòng chảy âm thầm nhưng không ngưng nghỉ.

Không ồn ào, không phô trương, VHNT của tháng Giêng là sự tiếp nối. Người viết nhìn lại trang bản thảo cũ. Người làm thơ gom lại những câu chữ còn dang dở. Người vẽ tranh lau lại khung toan, chuẩn bị cho một mùa mới. Ở đâu đó, những buổi gặp gỡ thân tình diễn ra: một quán cà phê quen, một phòng sinh hoạt nhỏ, một buổi ra mắt sách giản dị, hay chỉ là cuộc điện thoại hỏi thăm nhau khi năm cũ đã thật sự lùi xa.

Văn chương trong tháng này ít mang tinh thần "trình làng", mà thiên về suy niệm. Có người tổng kết một năm viết lách. Có người im lặng để lắng nghe chính mình. Cũng có người chọn tháng Giêng làm điểm khởi hành, mở ra một dự định sáng tác mới, dù chưa vội đặt tên.

Ở miền Bắc, không khí VHNT mang dáng dấp trầm tĩnh.

Những buổi đọc thơ, tổng kết hội, ra mắt kỷ yếu Xuân thường diễn ra trong tinh thần nền nếp. Hà Nội tháng Giêng vẫn vậy: chậm rãi, có phần dè dặt, nhưng giữ được chiều kích, ít nhiều không tranh khỏi sự giới hạn. Văn chương nơi đây giống như một cuộc trò chuyện dài...

Miền Trung bước vào năm mới với sự lặng lẽ quen thuộc. Huế vẫn mang theo cái trầm của sông nước và ký ức. Những sinh hoạt VHNT nhỏ, vừa đủ ấm, vừa đủ thân, tiếp tục được duy trì như một thói quen đẹp. Ở đó, văn nghệ không phải để phô diễn, mà để giữ lửa.

Miền Nam, đặc biệt là Sài Gòn, lại mở ra một nhịp khác. Năng động hơn, đa dạng hơn, nhiều tiếng nói cùng tồn tại. Tháng Giêng ở đây có thể là một buổi ra mắt sách độc lập, một triển lãm cá nhân, hay một buổi đọc thơ không cần danh xưng. Văn chương hòa vào đời sống, bước đi cùng nhịp phố, mang hơi thở của hiện tại.

Nhìn chung, sinh hoạt Văn Học Nghệ Thuật trong tháng 1/2026 không nhằm tạo dấu ấn lớn, nhưng lại đóng vai trò như một dấu mốc tinh thần. Nó nhắc người cầm bút rằng: viết không phải chỉ để kết thúc một năm, mà là để bắt đầu lại, với tâm thế nhẹ hơn, chín hơn, và thấu hiểu hơn.

Tháng Giêng trôi qua như một trang nhật ký không quá nhiều chữ, nhưng chữ nào cũng có độ lắng. Và chính trong độ lắng ấy, văn chương tiếp tục tồn tại, bền bỉ, khiêm nhường, và cần thiết.

GHI NHẬN RIÊNG

Sinh hoạt VHNT trong nước – và liên hệ hải ngoại...

1. Trong nước

Sinh hoạt VHNT trong nước đầu năm 2026 cho thấy:

Sự liên tục và ổn định từ Bắc vào Nam

Song song tồn tại giữa:

Hệ thống hội đoàn chính thức

Và các không gian sáng tác độc lập

Văn chương ngày càng:

Gần đời sống

Mang nhiều giọng điệu cá nhân
Ít ràng buộc bởi khuôn mẫu cũ

Điểm đáng chú ý là tinh thần hướng về văn hóa dân tộc khi Tết Nguyên Đán cận kề, thể hiện qua thơ Xuân, đặc san, triển lãm và các buổi sinh hoạt mang màu sắc truyền thống.

2. Liên hệ hải ngoại (tổng lược)

Ở hải ngoại, sinh hoạt VHNT trong cùng thời điểm:
Không rầm rộ
Nhưng bền bỉ và có chiều sâu
Nhiều tác giả:
Vẫn dõi theo sinh hoạt trong nước

Giữ mối dây liên kết bằng ngôn ngữ và ký ức văn hóa
Tháng Giêng, đối với văn nghệ sĩ hải ngoại, thường là:
Thời gian nhìn lại một năm sống xa quê
Và chuẩn bị tâm thế đón Tết cổ truyền trong không gian khác

VHNT hải ngoại vì thế không tách rời, mà song hành, như một nhánh sông chảy song song với dòng chính, cùng chung một nguồn: tiếng V

NGÃ PHƯƠNG HUYỀN
MỖI KỲ VỚI CA KHÚC MỚI SÁNG TÁC
Thư Tòa soạn

Quí thân hữu và độc giả thân mến...

Đã bao lần có sự đề nghị về việc mở ra một tiết mục quan trọng có liên quan đến lãnh vực văn hóa, nghệ thuật nói chung … đó là: "*Mỗi Kỳ Với Ca Khúc Mới Sáng Tác*" … Nhưng BBT/VHM nhận thấy rằng việc đó mang tính "nhạy cảm", là dễ gây ra những ngộ nhận, không khéo sẽ đưa đến những "mất lòng" nhau một cách khó biện giải trong nội hay ngoại giới!!. Vì thế, chúng tôi đã khép lại những đề nghị như đã nêu trên…

Nhưng lại một lần nữa được mở ra với những đề nghị cũ… do từ một cơ duyên rất "may mắn" là từ những dây mơ rễ má của tình thâm thân hữu, dẫn đến một niềm vui và hạnh phúc khôn tả, đó là được: Nhạc sĩ Từ Công Phụng phổ bài thơ: "Người Muôn Thuở" của tôi thành nhạc, với tên mới "*Gửi Người Muôn Thuở*" (Bài thơ này của tôi nằm ở trang 156-157 trong tập thơ "*Anh Biết, Em Yêu Dấu*" được Nhà sách Tự Lực xuất bản & phát hành năm 2001…

Từ những yếu tố "*kích hoạt*" như kể trên, chúng tôi quyết định thực hiện ngay "*Mỗi Kỳ Với Ca Khúc Mới Sáng Tác*" " bao gồm đăng một, hai sheet nhạc và những bài viết về âm nhạc mang tính nghiên cứu, thảo luận, kể cả những tản mạn đóng góp vào loại hình nghệ thuật dùng âm thanh để diễn đạt, mang nặng tính quần chúng đám đông hơn cả này !! Tiểu mục do **Ngã Phương Huyền phụ trách ...**

Thưa quí thân hữu ...

Thật lòng mà nói rằng, mọi thứ trên đời đều không vượt thuyết tương đối … Việc tương tác thuần tính công tâm, bình đẳng cũng chỉ vững vàng được trong chủ quan đầy niềm tự tin, mới mong mạnh bước với những diễn tiến tốt đẹp, mang niềm vui và hạnh phúc đến với mọi người…

Trân trọng.

*** Kỳ thứ XV**

1/ Phiên Khúc Phôi Pha_thơ & nhạc Hà Nguyên Du

2/ Em Và ãi Mãi _thơ & nhạc Hà Nguyên Du

PHIÊN KHÚC PHÔI PHA

Thơ & Nhạc
Hà Nguyên Du

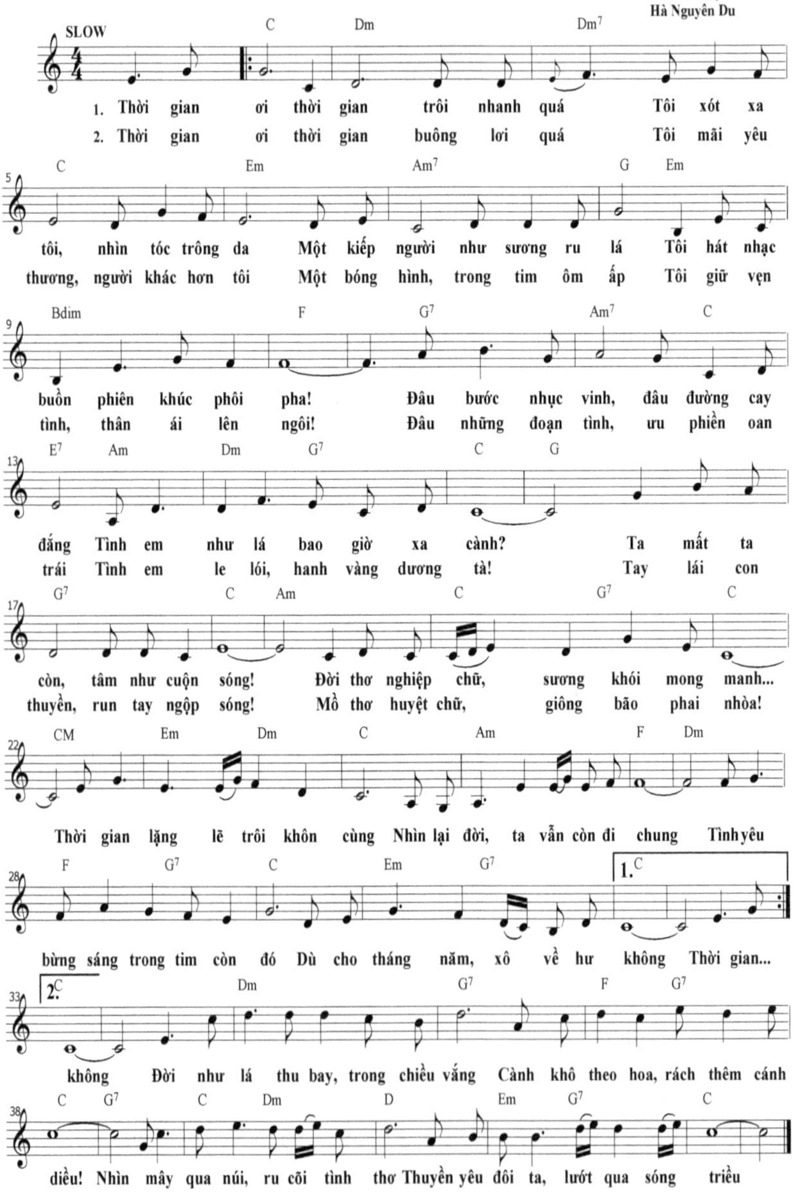

em và mãi mãi

Thơ Hà Nguyên Du
Nhạc Hoàng Linh Duy

Slow

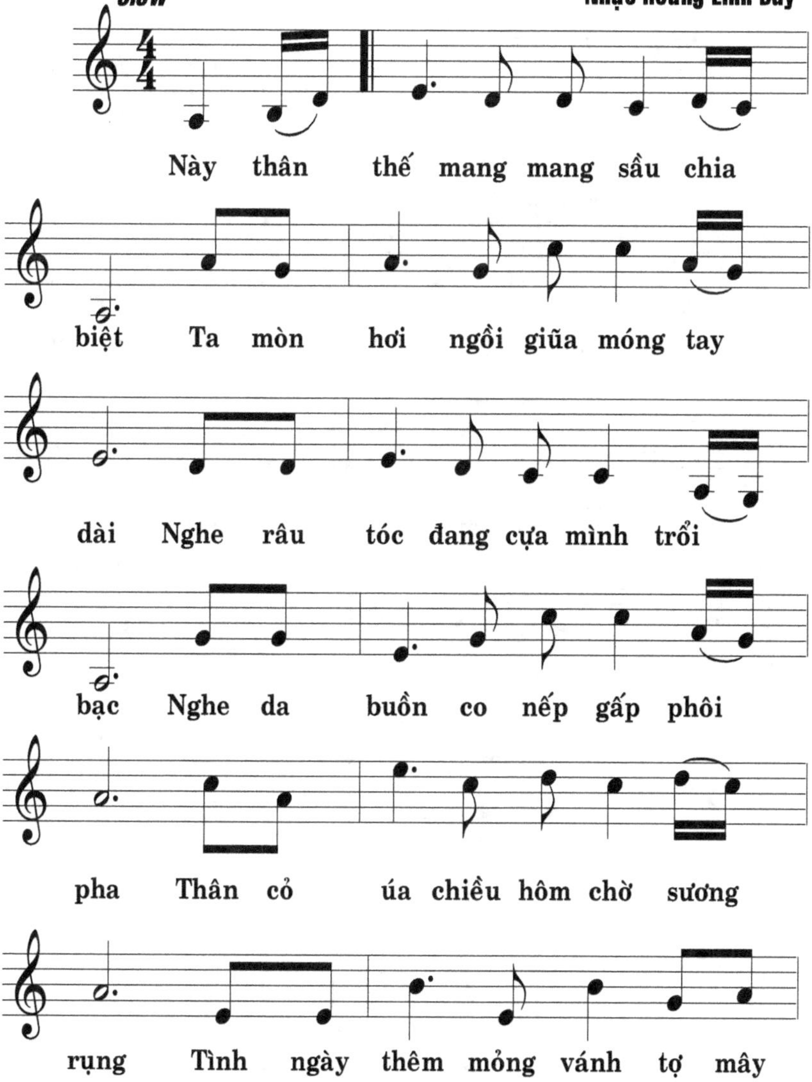

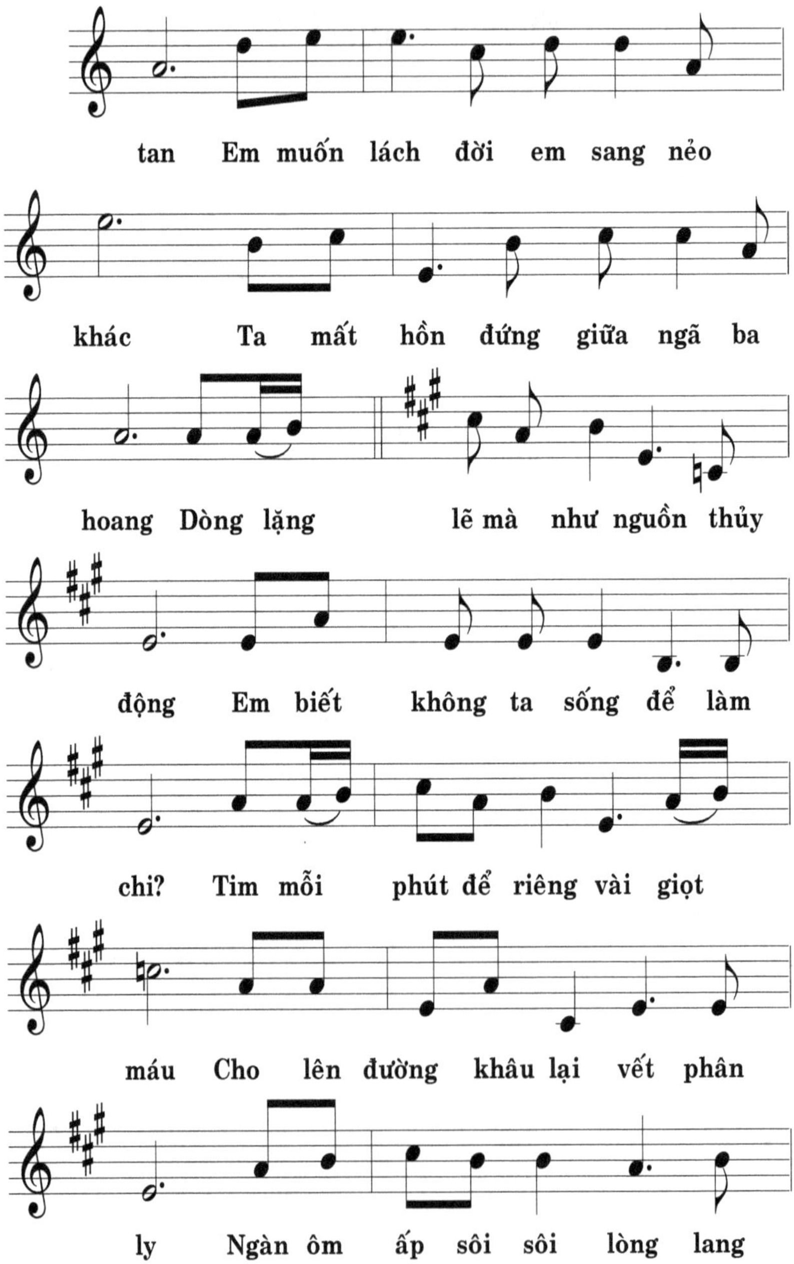
tan Em muốn lách đời em sang nẻo
khác Ta mất hồn đứng giữa ngã ba
hoang Dòng lặng lẽ mà như nguồn thủy
động Em biết không ta sống để làm
chi? Tim mỗi phút để riêng vài giọt
máu Cho lên đường khâu lại vết phân
ly Ngàn ôm ấp sôi sôi lòng lang

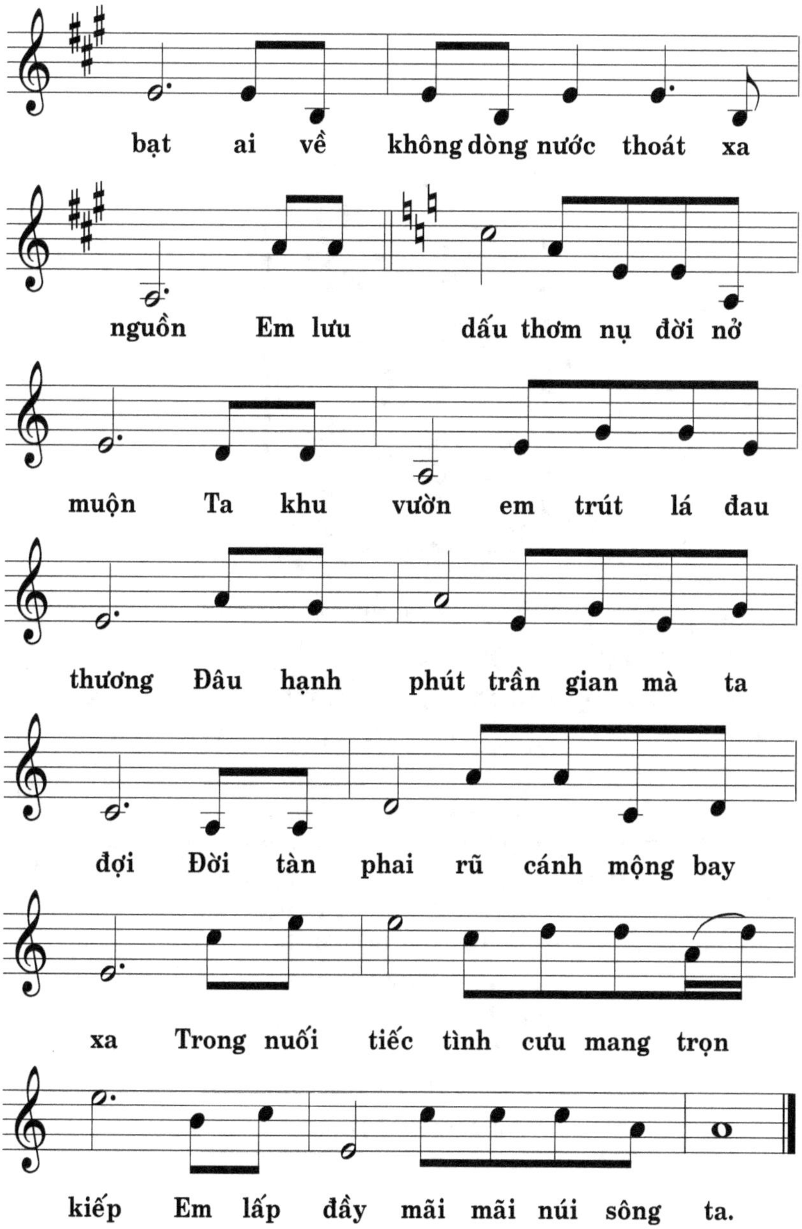
bạt ai về không dòng nước thoát xa
nguồn Em lưu dấu thơm nụ đời nở
muộn Ta khu vườn em trút lá đau
thương Đâu hạnh phút trần gian mà ta
đợi Đời tàn phai rũ cánh mộng bay
xa Trong nuối tiếc tình cưu mang trọn
kiếp Em lấp đầy mãi mãi núi sông ta.

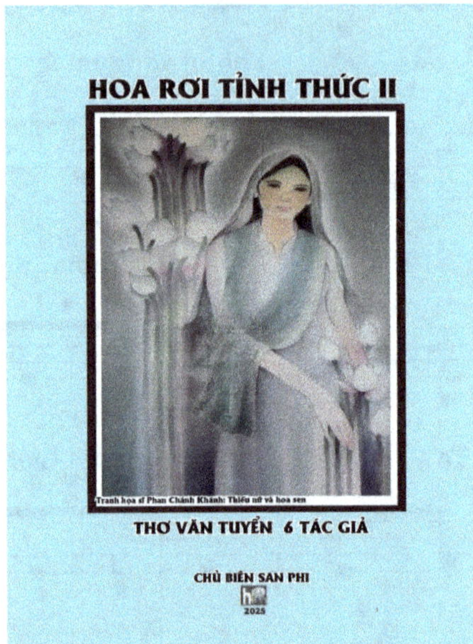

TRÂN TRỌNG GIỚI THIỆU

HOA RƠI TỈNH THỨC II

@

THƠ VĂN TUYỂN 6 TÁC GIẢ

TRỊNH Y THƯ SAN PHI VŨ HOÀNG THƯ
HOÀNG XUÂN SƠN HÀ NGUYÊN DU
TIỂU LỤC THẦN PHONG

NXB / VĂN HỌC MỚI

Sách dày 166

Xin liên lạc: NT Lệ Thu

ntlthu1610@gmal.com

hoặc NXB Văn Học Mới

vanhocmoi4@gmail.com

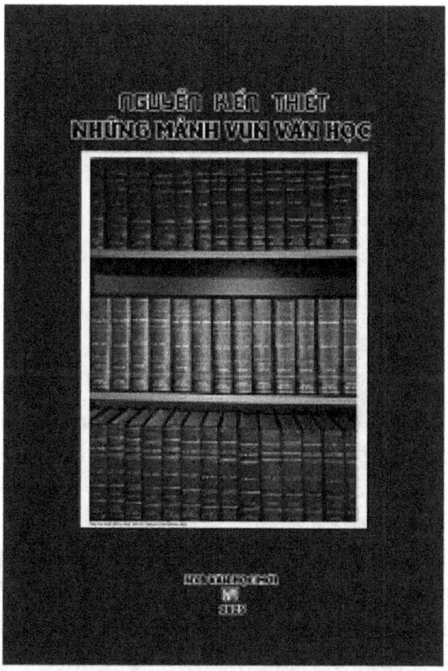

TRÂN TRỌNG GIỚI THIỆU

NHỮNG MẢNH VỤN VĂN HỌC

@

NGUYỄN KIẾN THIẾT

NXB / VĂN HỌC MỚI

THÁNG 9/2025

Sách dày 350 trang

Sửa bản in: Nguyễn Kiến Thiết

Trình bày bìa & nội dung: Hà Nguyên Du

@

Xin liên lạc: Nguyễn Kiến Thiết

Điện thoại: (514) 331-0398

Điện thư: nkttl@outlook.com

TRẢ LỜI THƯ TÍN

1/ Tòa soạn Văn Học Mới, xin chân thành cảm ơn quí thân hữu là Nhà thơ, Nhà văn, Nhà Phê Bình, Biên khảo đã hết lòng ủng hộ..

Rất cảm ơn quí vị đã vì yêu mến VHNT nên không chút lo ngại khi nhiệt tình mua báo dài hạn.

Một niềm hạnh phúc nồng nàn đầy chất khích lệ là gia hạn sự ủng hộ cũng như tiếp tục đóng góp bài vở thường xuyên ... của quí tác giả, quí mạnh thường quân...

Tòa soạn VHM cũng không quên cảm ơn quí vị mua tạp chí của chúng tôi trên Amazon, kể cả mua trong những nhà sách ...

1/Con đường "Lập Đức" của tạp chí VHM vẫn luôn là việc ưu tiên hàng đầu. Vì thế "tiếng thơm đồn xa". Vẫn có lai rai thành viên mới cộng tác, cũng do từ anh em thành viên cũ có quá trình "làm ăn khấm khá với VHM nên giới thiệu cho bạn bè của họ!! Từ đó trong VHM số 20 kỳ đã bắt đầu gia tăng tác giả mua báo dài hạn

2/ VHM một mực thể hiện tình yêu thương quí trọng đến những tác giả đã một đời sống chết với Văn Học Việt Nam, đã để lại nhiều tác phẩm đóng góp.!! (Không phải riêng vì đã cộng tác với VHM mà chúng tôi mới làm số đặc biệt tưởng niệm ...) Mà là thể hiện sống theo đạo lý của dân tộc Việt mình là "Ăn trái nhớ kẻ trồng cây hay uống nước nhớ nguồn..

Có thể kể từ khi VHM ra đời, đã làm số đặc biệt tưởng niếm đến: (Số 2) tưởng niệm nhà thơ/ nhà biên khảo văn học Trần Văn Nam. (Số 6) tri ân nhà thơ/nhà văn/nhạc sĩ Nguyễn Đình Toàn. (Số 8) là số đặcbiệt coi như vinh danh Giai Phẩm Chủ Đề do nhà văn Nguyễn Trung Hối điều hành. (Số 10) tưởng niệm hai nhạc sĩ Nguyễn Hiền và Trầm Tử Thiêng. (Số 13) tưởng niệm Thi sĩ Giáo sư Trần Hồng Châu. Số 16) tưởng niệm nhà thơ Kim Tuấn... Và đến số 20, tưởng niệm nhà thơ/nhà văn Hoài Ziang Duy, một tác giả cộng tác đắc lực với tạp chí Văn Học Mới...Đến số 21 là số không chủ đề gì ...

3/ Trong trang Trả Lời Thư Tín thường kỳ, bổn báo xin giữ nguyền 2 phần trả lời 1& 2. Mục đích để có sự liên tục khi nói đến gồm có bao nhiêu số mà VHM đặc biệt tưởng niệm đến những VNS mà chúng tôi đã làm trong mấy năm qua. Chúng tôi sẽ thông báo trước ít nhất 2 số, về dự trù cho những số tiếp theo sẽ là số tưởng niệm và bài viết chuyên đề về Ký giả / Nhà văn / Thi sĩ Hoài Trinh (trong thời kháng chiến chống Pháp, có in trong cuốn "Thi Nhân Việt Nam Hiện Đại Quyển 1 - Do Phạm Thanh biên soạn - NXB Sống Mới 1959). Nhưng sau khi thảo luận với các nhà biên khảo thì bị trở ngại, bởi 1 lý do thiết yếu và duy nhất là Thi sĩ Hoài Trinh, dù nổi tiếng trong những thập niên trước của thời ông sinh hoạt, nhưng chí có nhiều bản thảo về truyện và thơ mà chưa bung ra đời bằng sách xuất bản. Từ đó kêu gọi người viết thì thiếu hẳn tài liệu. Chính vì thế chúng tôi sẽ tiếp tục tưởng niệm hay vinh danh những tên tuổi dưới đây:

Số 28 Vinh danh Nhà Văn Nguyễn Văn Sâm
Số 31 Tưởng niệm Nhà văn Nguyễn Xuân Hoàng
Số 32 Tưởng niệm Nhạc sĩ Đỗ Lễ
Số 33 Vinh Danh Nhà Thơ Hoàng Xuân Sơn
Số 34 Bắt đầu phát hành vào tháng 11.2024 - mỗi tháng ra 1 số báo ...

4/ VHM số 24 tưởng niệm Nhà văn Nguyễn Trung Hối

5/ Trong 2 tháng vừa qua, VHM làm hai số dồn một, tức là số "22 &23" thuộc số tháng 2 năm 2023 Xuân Quí Mão. Chính bổn báo cũng không ngờ rằng với chỉ mục đích là "Kỷ Niệm 5 Năm Phát Hành Văn Học Mới" thôi!! (Theo dự trù là nhắm giới thiệu sự nghiệp sáng tác của mỗi tác giả) nên dành nhiều trang để họ có dịp tỏ bày... Ngờ đâu rằng "phóng lao thì phóng theo lao" ... Số trang tăng vọt lên chưa từng có trong lịch sử của mọi thời, mọi tờ báo Văn Học. (tăng gần 8 trăm trang). Khiên tờ báo nặng ký như cuốn tự điển.... Phát hành xong, mỗi tác giả đều có trong tay, hẳn nhiên sự trố mắt nhìn và tóm tắt khen ngợi không tiếc lời!!

6/ Trong Văn Học Mối số 22 & 23 Xuân Quí Mão vừa qua, có số lượng tác giả gia hạn mua báo dài hạn cũng tăng đều đặn.... Bổn báo chân thành cảm ơn quí tác giả tích cực cộng tác với VHM và nhiệt tình ủng hộ báo dài hạn. Một hành động nhân quả tốt đẹp là một niềm khích lệ vô cùng lớn lao cho tờ báo thêm mạnh bước chân cứng đá mềm!!

7/ VHM số 27 & 28 đã công bố trước ngày bắt đầu của "Giải Thơ Văn Học Mới 2024" . Thật sự ngày tháng bắt đâu nhận bài là giữa tháng hai và kết thúc đến giữa tháng 5 > Tháng 6 mới công bố kết quả giải, nhưng từ khi bắt đầu công bố sớm trên VHM số 27, đã có hàng loạt người ở khắp nơi đã gửi bài dự thi trước rồi, Đó là một biểu hiện tích cực đầy lạc quan cho Giải Thơ mang tính đột phá và thăng hoa cho "dòng chảy VHNT" ở Hải Ngoại của chúng ta....Mãi cho đến VHM số 29 Xuân Giáp Thìn cận kề đến, số lượng người tham dự càng tiếp tục gia tăng hơn. Chúng tôi đang chuẩn bị đánh "số mật mã cho mỗi tác giả" để giữ công bằng và gửi đến mỗi giám khảo trong hội đồng chấm giải...

8/ Xin quý tác giả **LƯU Ý** , khi gởi bài cho Văn Học Mới - **Bộ mới phát hành mỗi tháng ra một số (1 Tháng / ra 1 số - "Nguyệt San Báo) :**
- Về thơ: Không quá 3 trang...
- Về Truyên ngắn: Không quá 12 trang, nếu hơn ... có thể đăng làm 2 kỳ)

Kính gởi: Ban Biên tập Tạp chí Văn Học Mới,

Tôi là : Vũ Khắc Tế, hiện có một số truyện ngắn và thơ muốn gửi đăng trên tạp chí. Rất mong Ban Biên tập cho tôi biết các tiêu chí tuyển chọn cũng như yêu cầu về nội dung, độ dài và hình thức bản thảo để tôi có thể hoàn thiện và gửi đúng quy định.

Xin chân thành cảm ơn và kính chúc Tạp chí ngày càng phát triển.

———

Chào anh Vũ Khắc Tế,

Ban Biên tập Tạp chí Văn Học Mới rất cảm ơn sự quan tâm và thiện ý cộng tác của anh. Chúng tôi luôn hoan nghênh và trân trọng những đóng góp của các tác giả yêu văn chương. Dưới đây là một số thông tin chi tiết về việc gửi bài cộng tác mà anh có thể tham khảo:

1. Nội dung và Thể loại

Tinh thần sáng tác: Tạp chí của chúng tôi ưu tiên những tác phẩm thuộc lĩnh vực văn học nghệ thuật và sáng tạo tự do. Chúng tôi tìm kiếm những bài viết có giá trị thẩm mỹ, giàu cảm xúc, có phong cách độc đáo và mang hơi thở cuộc sống.
Thể loại: Chúng tôi nhận đăng tải truyện ngắn và thơ. Truyện vừa tiểu luận vv…

Phạm vi: Tạp chí không nhận đăng tải các bài viết có nội dung liên quan đến chính trị và tôn giáo.

2. Độ dài Quy định

Truyện ngắn: Độ dài lý tưởng là không quá 2.500 từ (khoảng 6-8 trang A4, cỡ chữ 12, cách dòng đơn).

Thơ: Tùy thuộc vào thể loại, nhưng nên giữ độ dài vừa phải để đảm bảo tính cô đọng và dễ tiếp cận với độc giả.

3. Hình thức Bản thảo

Định dạng: Bản thảo nên được gửi dưới dạng file .doc hoặc .docx (Microsoft Word).

Thông tin: Anh vui lòng ghi rõ tên tác giả (hoặc bút danh) và thông tin liên hệ (email/điện thoại) ở cuối bài viết.

Về qui định Cộng tác

Chúng tôi xin thông báo rõ:

Việc cộng tác với Tạp chí Văn Học Mới được thực hiện trên tinh thần chia sẻ và niềm đam mê văn nghệ là chính.

Ban Biên tập không có chính sách trả nhuận bút hay tặng báo biếu cho các tác phẩm được chọn đăng. Chúng tôi mong anh hiểu và thông cảm cho điều này. Tác phẩm của anh sẽ được giới thiệu đến cộng đồng độc giả yêu văn học trên nền tảng của Tạp chí.

Chúc anh luôn dồi dào sức sáng tạo và hy vọng sớm nhận được những tác phẩm tâm huyết từ anh.

Trân trọng,

Ban Biên tập Tạp chí Văn Học Mới

Vào 10:45 T.4, 1 Th10, 2025

Khac Te vu <khactevu@gmail.com> đã viết

BAÌ VỞ GỞI VỀ VĂN HỌC MỚI:

Gởi sáng tác, xin kèm theo địa chỉ, tên thật (có thể), số phone và Email. Gởi đến Văn Học Mới xin vui lòng đừng gởi báo khác. ***Nay Văn Học Mới phát hành theo định kỳ mỗi tháng ra 1 số. Như vậy trong vòng 1 tháng sau đó mà không thấy đăng, thì quí vị có quyền đăng báo khác. Điều quan trọng Văn Học Mới muốn nhắn nhủ đến quí tác giả là: Chúng tôi không đăng bài đã: 1/Đăng trên Facebook. 2/ Hoặc bất cứ đâu. 3/ Không nhận bài vở viết tay...***

Văn Học Mới xin quí vị lưu ý: là tạp chí **không có qui định trả tiền nhuận bút cho bất cứ tác giả nào cộng tác.** *(Vì vậy, mỗi tác giả trong nước khi gởi bài đăng , dưới tác phẩm thơ / văn, ngoài bút danh với tên thật hay điện thoại là tốt... Nhưng xin đừng ghi như bên VN là CMND và tài khoản ..v..v..*

Bài vở đánh máy trên một mặt giấy. Xin dùng Microsoft Word với công cụ đánh chữ **Uni Code hay Unikey** là tốt nhất. Nên dùng Font chữ thông dụng nhất là **Time New Roman.** *Bài vở không đăng chúng tôi không gởi trả lại. Theo nguyên tắc chờ một số mà không thấy đăng, số kế tiếp nếu có đăng thì chúng tôi sẽ thông báo, để quí vị không đăng báo khác...*

TẠP CHÍ VĂN HỌC MỚI
PHÁT HÀNH 12 SỐ /NĂM
BẮT ĐẦU SỐ 34 / PHÁT HÀNH VÀO THÁNG 11/2024

NHẬN BÀI TỪ NGÀY 1 ĐẾN NGÀY 15
NẾU AI GỬI TRỄ - SẼ DỜI LẠI SỐ SAU

Gửi bài vở cho tạp chí Văn Học Mới theo 3 hộp thư:
vanhocmoi4@gmail.com
tapchivanhocmoi.tho@gmail.com
ntlthu1016@gmail.com

Ngân phiếu/ chí phiếu mua báo dài hạn, xin để:
HA NGUYEN
10291 Arundel, Ave
Westminster, CA 92683 - USA

Một cách rất tiện lợi và nhanh nhất là gởi trả qua công cụ có sẵn trong mỗi. ngân hàng là ; Zelle. (khi tác giả nào cần trả qua Zelle hãy email trước cho biết , sẽ cho số phone , kèm theo tên Ha Nguyen nữa là xong.

GIÁ BIỂU BÁO DÀI HẠN 12 SỐ / NĂM

HOA KỲ / MỘT NĂM / $ 240.00 . HAI NĂM $ 460.00

MUA______/ NĂM

CANADA / AUSTRALIA / PHÁP / ĐỨC
MỘT NĂM $ 280.00 . HAI NĂM / $540.00

MUA______/ NĂM

GIÁ BÁN TẠI CÁC NHÀ SÁCH US $20.00

GIÁ BIỂU BÁO DÀI HẠN 12 SỐ / NĂM

HOA KỲ / MỘT NĂM / $ 240.00 . HAI NĂM $ 460.00

MUA______/ NĂM

CANADA / AUSTRALIA / PHÁP / ĐỨC
MỘT NĂM $ 280.00 . HAI NĂM / $540.00

MUA______/ NĂM

GIÁ BÁN TẠI CÁC NHÀ SÁCH US $20.00

GIÁ BIỂU BÁO DÀI HẠN 12 SỐ / NĂM

HOA KỲ / MỘT NĂM / $ 240.00 . HAI NĂM $ 460.00

MUA______/ NĂM

CANADA / AUSTRALIA / PHÁP / ĐỨC
MỘT NĂM $ 280.00 . HAI NĂM / $540.00

MUA______/ NĂM

GIÁ BÁN TẠI CÁC NHÀ SÁCH US $20.00

Chúng tôi NHẬN in ấn tác phẩm thuộc VHNT

NHÀ XUẤT BẢN VĂN HỌC MỚI

Phát hành toàn cầu qua hệ thống Amazon.
Sẽ giao đến tận nhà quí vị. Trên
tinh thần ủng hộ quí Văn Nghệ Sĩ
và thân hữu trong giới sáng tác
Liên lạc Hà Nguyên Du

vanhocmoi4@gmail.com
tapchivanhocmoi.tho@gmail.com
ntlthu1016@gmail.com

Tranh bìa: Mùa Xuân Trên Cao - HS Nguyễn Đình Thuần

Trình bày Bìa & Nội dung: HÀ NGUYÊN DU

*

www.ingramcontent.com/pod-product-compliance
Lightning Source LLC
LaVergne TN
LVHW052321200926
848481LV00002B/632
9798295520013